સક્રિય ધ્યાનના રહસ્યો

(ઓશોના ઉપદેશો પર આધારિત)

કલ્પના અને સંકલિત

સ્વામી આનંદ સત્યાથી

ગુજરાત પુસ્તકાલય સહાયક સહકારી મંડળ લિ.
૧૧, ઈલોરા કૉમર્શિયલ સેન્ટર, પહેલો માળ, રીલીફ સીનેમા પાછળ.
અમદાવાદ-૩૮૦ ૦૦૧.
ફોન : ૨૫૫૦ ૬૯૭૩
E-mail : gpssmltd@yahoo.com

ડાયમંડ બુક્સ

www.diamondbooks.in

પ્રકાશક : ડાયમંડ પૉકેટ બુક્સ (પ્રા.) લિ.
X-30, ઓખલા ઇંડસ્ટ્રિયલ એરિયા, ફેઝ-II,
નવી દિલ્હી-110020
ફોન : 011- 40712200
ઈ-મેઈલ : wecare@diamondbooks.in
વેબસાઈટ : www.diamondbooks.in
સંસ્કરણ : 2025
મુદ્રક : રેપરો (ઇન્ડિયા)

સક્રિય ધ્યાનના રહસ્યો (Sakriya Dhyanna Rahasyo)
Sakriya Dhyan Ke Rahasya (Gujrati)
by *Swami Anand Satyarthi*

આમુખ

તણાવપૂર્ણ સમયમાં સક્રિય ધ્યાન વરદાન છે

ઓશો કહે છે, "તમે તમારા સૌથી નજીકના મિત્ર સમક્ષ પણ તમારું મન ખોલી શકતા નથી, કારણ કે તે પણ તમારા વિશે કહેશે, 'સારું, તમે આ જ વિચારતા હતા' અને પરિણામે તમારે તેને તમારી ભીતરે દબાવી રાખવું પડશે.

એટલે કે દમન કરવું પડે છે. હતાશા એ દમન સિવાય બીજું કંઈ નથી. દમન એ એક રોગ છે. આપણે બાળપણમાં દમન કરવું પડે છે. દમન ઘણા રોગોનું કારણ બને છે.

જ્યારે મન પર વધુ પડતો તણાવ હોય છે, ત્યારે મન શરીર પર તણાવ ફેંકે છે અને શરીર પર લક્ષણો દેખાય છે જેમ કે, વાત કરતી વખતે અથવા સિગારેટ પીતી વખતે હોઠ હલતા રહે, જ્યારે ખુરશી પર બેસે, ત્યારે પગ હલતા રહે. જ્યારે તણાવ વધે છે, ત્યારે તણાવ સંબંધિત વિવિધ રોગો જેમ કે અનિંદ્રા, ભુલાઈ જવું, હૃદયરોગ, ડાયાબિટીસ, કેન્સર, ચીડિયાપણું, માથાનો દુખાવો, ચક્કર, કમરનો દુખાવો, ખભાનો દુખાવો, લકવો વગેરે દેખાય છે. આ દમનનું પરિણામ છે."

ઓશો દ્વારા લખાયેલા 'એક્ટિવ મેડિટેશન' પ્રયોગમાં, સૌ પ્રથમ આપણને દબાયેલી અને દમન પામેલી લાગણીઓથી મુક્ત થવાનું શીખવવામાં આવે છે. દબાયેલી લાગણીઓમાંથી મુક્ત કરવાની પ્રક્રિયા શરૂ થતાં જ તણાવ, ગુસ્સો, બેચેની અને અન્ય શારીરિક પીડાઓ બહાર આવવા લાગે છે.

હું ઈચ્છું છું કે 'એક્ટિવ મેડિટેશન'ને તમારી રોજિંદી જીવનશૈલીનો એક ભાગ બનાવીને તમે તણાવ અને તણાવ સંબંધિત રોગોથી મુક્ત થઈને સુખી જીવન જીવવા તરફ આગળ વધો.

-સ્વામી આનંદ સત્યાથી

ક્રમ

સક્રિય ધ્યાનના રહસ્યો

ઓશો દ્વારા લખાયેલ સક્રિય ધ્યાન અદ્ભુત, શક્તિશાળી, અત્યંત અસરકારક અને સંપૂર્ણ વૈજ્ઞાનિક છે અને સૌથી અગત્યનું પણ છે. આનો અંદાજો એ હકીકત પરથી લગાવી શકાય છે કે આ ધ્યાન પૂના આશ્રમમાં એટલે કે બુદ્ધ હોલમાં 1974 થી નિયમિતપણે દરરોજ સવારે કરવામાં આવે છે અને વિશ્વભરમાં ફેલાયેલા ઓશો ધ્યાન કેન્દ્રો અને ધ્યાન શિબિરોમાં તેને ફરજિયાતપણે કરવાનો ઓશોનો ઉપદેશ છે. આ ધ્યાન કસરત આજના તણાવગ્રસ્ત અને બેચેન માણસો માટે વિશેષ ફાયદાકારક છે. શરીર અને મનમાં, દમન કે દબાયેલી ઈચ્છાઓને કારણે, એકઠા થયેલા તણાવને મુક્ત કરે છે. તે શરીર અને મનની ગ્રંથિઓને ઓગાળે છે અને સરળતાથી ધ્યાન તરફ દોરી જાય છે.

ધ્યાન વિધિ : આ ધ્યાન સવારે ખાલી પેટે શૌચક્રિયા પૂરી કર્યા પછી કરવાની છે. તમે અડધા કલાક પહેલા એક કપ ચા અથવા પાણી પી શકો છો. આખા કલાક માટે ધ્યાન કરતી વખતે, તમારી આંખો બંધ કરવી પડશે, તમારી આંખો પર પટ્ટી બાંધવી વધુ સારું રહેશે. શરીર પર ઢીલા કપડા હોવા જોઈએ. મરૂન ઝભ્ભો અથવા કોઈ પણ ઝભ્ભો પહેરવાથી ધ્યાન કરવામાં મદદ મળે છે. જો શક્ય હોય તો, આ કપડાં ફક્ત ધ્યાન રૂમમાં જ, ફક્ત ધ્યાન દરમિયાન જ પહેરો. જો તમે સ્નાન કરો તો વધુ સારું છે અન્યથા તમે સ્નાન કર્યા વિના પણ કરી શકો છો.

શરીરના ભાગો, ખાસ કરીને ખભા અને હાથ, આરામની સ્થિતિમાં હોવા જોઈએ, કોઈપણ ભાગમાં તણાવ ન લાવો અને ઊભા રહીને કરો.

આ ધ્યાન પ્રયોગમાં પાંચ ચરણ છે. પ્રથમ ત્રણ તબક્કા દરેક દસ મિનિટના છે અને ચોથા અને પાંચમા તબક્કા દરેક પંદર મિનિટના છે.

આ ધ્યાન પ્રયોગ નિશ્ચયનો પ્રયોગ છે. તેથી, ધ્યાન કરતા પહેલા, "હું મારી બધી શક્તિ આ ધ્યાન માટે સમર્પિત કરવાનો સંકલ્પ કરું છું." આનું તમારા મનમાં ત્રણ વાર પુનરાવર્તન કરો.

આપણે આપણી પાસે રહેલી ઉર્જાથી આપણું રોજનું કામ કરીએ છીએ. આંતરિક યાત્રા પર જવા માટે, પોતાની અંદર ઊર્જા જાગૃત કરવાની વિધિ આપનાવવી પડશે. સમજો કે જો તમારે પાણી ઉપર લઈ જવું હોય તો તમારે મોટરનો ઉપયોગ કરવો પડશે, તેવી જ રીતે કામ કેન્દ્ર માંથી ઉર્જા (કુંડલિની) મુક્ત કરીને તેને બ્રહ્મદ્વાર તરફ લઈ જવા માટે વધારાની ઉર્જા જાગૃત કરવી જરૂરી બને છે. ઓશો દ્વારા લખાયેલા તમામ ધ્યાન પ્રયોગો ઊર્જા જાગૃતિના પ્રયોગો છે. જે શરીર અને મન પર અનેક રીતે કામ કરે છે. તેમાંથી સૌથી મહત્વપૂર્ણ સક્રિય ધ્યાન છે, જેને ગતિશીલ ધ્યાન પણ કહેવામાં આવે છે. દરેક પગલાનું પોતાનું મહત્વ છે. હવે આપણે દરેક પગલાના મહત્વનું વર્ણન કરીશું.

(આ ધ્યાન કસરત ખાસ સંગીત સાથે કરવાની છે જેની સીડી ઉપલબ્ધ છે.)

સક્રિય ધ્યાન પદ્ધતિ:

'સક્રિય-ધ્યાન' એ એક વિરોધાભાસ છે. 'સક્રિય'નો અર્થ થાય છે: પ્રયાસ, મહાન પ્રયાસ, સંપૂર્ણ પ્રયાસ અને ધ્યાન એટલે મૌન, પ્રયત્નહીનતા, બિન-ક્રિયા. તમે આ ધ્યાન પદ્ધતિને દ્વંદ્વાત્મક પદ્ધતિ કહી શકો છો.

પ્રથમ પગલું: દસ મિનિટ

નાક દ્વારા ઝડપથી શ્વાસ લો અને શ્વાસ બહાર કાઢો. શ્વાસ લેવા અને બહાર કાઢવા બંને પર ભાર મુકો અને તેમને અસ્તવ્યસ્ત રહેવા દો. શ્વાસ ફેફસામાં ઊંડે સુધી જવો જોઈએ. તમારા શ્વાસ અંદર લેવાની અને શ્વાસ બહાર કાઢવાની ગતિ વધારવી, પરંતુ ધ્યાનમાં રાખો કે તમારો શ્વાસ ઊંડો રહે. તમારા શરીરને તંગ બનાવ્યા વિના, તમે કરી શકો તેટલું સંપૂર્ણ રીતે આ કરો અને ખાતરી કરો કે તમારા ખભા અને ગરદન શિથિલ સ્થિતિમાં રહે. જ્યાં સુધી તમે શ્વાસ સાથે એકાકાર ન બની જાઓ ત્યાં સુધી શ્વાસ ચાલુ રાખો, શ્વાસને અસ્તવ્યસ્ત અને અવ્યવસ્થિત રહેવા દો, એટલે કે શ્વાસ ન તો લયબદ્ધ રહે કે ન તો કોઈ પૂર્વનિર્ધારિત નિયમ પર આધારિત રહે. એકવાર તમારી ઉર્જા વહેવા લાગશે એટલે તે શરીરને પણ હલનચલન આપવાનું શરૂ કરશે. આ શારીરિક હલનચલન થવા દો, તેમને વધુ ઊર્જા બનાવવામાં મદદરૂપ થવા દો. તમારા હાથ અને શરીરને કુદરતી રીતે હલનચલન કરવા દો જેથી તેઓ ઉર્જા વધારવામાં મદદ કરી શકે. ઉર્જા વધતી અનુભવો. પ્રથમ તબક્કામાં ખુદને ઢીલા ન પાડો અને તમારા અભ્યાસને બિલકુલ ધીમો ન થવા દો.

બીજું પગલું: દસ મિનિટ

તમારા શરીરને અનુસરો. તમારા શરીરને સ્વતંત્રતા આપો જેથી તે જે કાંઈ પણ વ્યક્ત કરવા માંગતું હોય તે કરી શકે...વિસ્ફોટ થવા દો... તમારા શરીર પર કબજો થવા દો. જે પણ અંદરથી બહાર ફેંકવાની જરૂર છે, તેના તરફ હળવા થાઓ. સંપૂર્ણપણે પાગલ થઈ જાઓ... ગાઓ, હસો, બૂમો પાડો, રડો, કૂદો, ધ્રૂજો, નૃત્ય કરો, હાથ અને પગ હલાવો અને તમારા શરીરને બધી દિશામાં ગતિ કરવા દો. શરૂઆતમાં થોડો અભિનય પ્રક્રિયાઓને વહેતી કરવામાં મદદ કરે છે. જે થઈ રહ્યું છે તેમાં તમારા મનને દખલ ન કરવા દો. યાદ રાખો કે તમે તમારા શરીર સાથે સર્વગ્રાહી રીતે આગળ વધી રહ્યા છો.

પગલું ત્રણ: દસ મિનિટ

ખભા અને ગરદનને ઢીલા રાખીને, તમારા બંને હાથને સંપૂર્ણ રીતે ખેંચીને ઉંચા કરો, કોણી લચીલી રહેવી જોઈએ. બંને હાથને ઉપર ઉઠાવતી વખતે જોરથી 'હુ' મંત્રનો જાપ કરો અને વારંવાર ઉપર કૂદીને નીચે આવો. 'હુ' નો ઉચ્ચાર મહત્તમ ઊંડો હોવો જોઈએ અને તે તમારી નાભિમાંથી નીકળવો જોઈએ. દરેક વખતે જ્યારે તમે નીચે આવો ત્યારે, પગના તળિયા અને એડીને હળવેથી જમીનને સ્પર્શવા દો અને તે જ સમયે તીવ્ર 'હૂ' અવાજને કામ કેન્દ્ર માં ઊંડે સુધી પહોંચવા દો. આ પગલામાં તમારી સંપૂર્ણ શક્તિનો ઉપયોગ કરો, શક્તિ બિલકુલ શેષ રહેવી જોઈએ નહીં.

ચોથું પગલું: પંદર મિનિટ

રોકો. તમે જ્યાં પણ હોવ, જે પણ સ્થિતિમાં હો તેમાં સંપૂર્ણ સ્થિર થઈ જાઓ. શરીરને બિલકુલ વ્યવસ્થિત ન કરો. સહેજ ઉધરસ, સહેજ હલનચલન, કોઈપણ હિલચાલ એનર્જી ખતમ કરી નાખે છે અને અત્યાર સુધી કરેલી બધી મહેનત બગાડી નાખે છે. તમારી સાથે જે પણ થઈ રહ્યું છે તેના સાક્ષી બનો.

પગલું પાંચ: પંદર મિનિટ

ઉજવણી કરો. સંગીત અને નૃત્ય સાથે તમારા આંતરિક સ્વને વ્યક્ત કરો. પ્રગટ થતી જીવંતતાને તમારી દિનચર્યામાં ફેલાવા દો.

સક્રિય ધ્યાનના પ્રથમ તબક્કામાં તમે તમારા શ્વાસ, તમારી જીવન શક્તિ પર કામ કરી રહ્યા છો. શ્વાસ એ જીવન છે. પ્રથમ તબક્કામાં તમે તમારા જીવન પર કામ કરી રહ્યા છો. તમે તમારા શ્વાસની પેટર્ન તોડી રહ્યા છો. અસ્તવ્યસ્ત રીતે શ્વાસ લેવાથી તમે તમારી વ્યવસ્થિત શ્વાસ લેવાની પદ્ધતિને નષ્ટ કરી રહ્યા છો અને જો તમે તમારા શ્વાસની રચનાને નષ્ટ કરશો તો તમારા શરીરની અન્ય તમામ રચનાઓ ઢીલી થઈ જશે.

સક્રિય ધ્યાનની મારી પદ્ધતિમાં બીજું પગલું છે રેચનનુ. હું તમને સભાનપણે ગાંડા થવા કહું છું. તમારા મનમાં જે કંઈ પણ આવે તેને વ્યક્ત થવા દો, તેને તેમાં સહકાર આપો. કોઈ પ્રતિકાર નહીં, માત્ર આવેગનો સરળ પ્રવાહ.

જો તમારે ચીસો પાડવી હોય, તો એમાં સહકાર આપો. એક ઊંડી ચીસ, એક સંપૂર્ણ ચીસ જેમાં તમારું સમગ્ર અસ્તિત્વ સમાઈ જાય છે. તે ખૂબ જ સ્વાસ્થ્ય પ્રદ છે, તે ઊંડે સુધી ઉપચારાત્મક છે. ફક્ત આ સર્વગ્રાહી ચીસોથી ઘણી બધી વસ્તુઓ, ઘણા રોગો અદૃશ્ય થઈ જશે. જો ચીસો સંપૂર્ણ હશે તો તમારું આખું અસ્તિત્વ તેની સાથે સંલગ્ન થઈ જશે.

તેથી દસ મિનિટ માટે ચીસો પાડતા, રડતા, હસતા, નાચતા, કૂદતા, તમામ પ્રકારના પાગલપન દ્વારા તમારી જાતને વ્યક્ત કરો. થોડા દિવસોમાં તમને અનુભવ થશે કે આ બધું શું છે.

શરૂઆતમાં આ બધું બળપૂર્વક , પ્રયત્નપૂર્વક અથવા અભિનય દ્વારા પણ થતું હોઈ એવું બની શકે છે. આપણે એટલા નકલી બની ગયા છીએ કે આપણા માટે કંઈપણ પ્રામાણિક કે વાસ્તવિક હોવું શક્ય નથી. આપણે હસ્યા નથી, આપણે રડ્યા નથી, આપણે પ્રમાણિક રીતે ચીસો પણ નથી પાડી. આપણે જે કંઈ કરીએ છીએ તે માત્ર એક દેખાડો છે, માસ્ક છે. તેથી જ્યારે તમે આ વિધિની પ્રેક્ટિસ કરવાનું શરૂ કરશો ત્યારે પહેલા તો તે બળપૂર્વક જ કરવામાં આવશે. પ્રયત્નોની જરૂર પડી શકે છે, તેમાં થોડો અભિનય પણ લાગી શકે છે, તેની ચિંતા ન કરો અને પ્રયોગ કરતા રહો. ટૂંક સમયમાં જ તમે તે સ્ત્રોતોને સ્પર્શ કરશો જ્યાં તમે ઘણી બધી વસ્તુઓ દબાવી રાખી છે. તમે તે સ્ત્રોતોનો સંપર્ક કરશો અને એકવાર તેઓ બહાર આવશે ત્યારે તમે હળવાશનો અનુભવ કરશો. તમારી અંદર નવું જીવન આવશે, નવો જન્મ થશે.

આ હળવાશનો અનુભવ એ મૂળભૂત છે અને તેના વિના, વ્યક્તિ જેવો છે તેનાથી ધ્યાન થઈ શકે એમ નથી. હું અપવાદો વિશે વાત કરતો નથી, તેઓ અસંગત છે. આ બીજા તબક્કામાં, જ્યારે દબાયેલા આવેગોને ફેંકી દેવામાં આવે છે, ત્યારે તમે ખાલી થઈ જાવ છો અને ખાલી હોવાનો અર્થ એ છે કે બધા દમનથી ખાલી થવું. આ શૂન્યતામાં કંઈક કરી શકાય છે, રૂપાંતરણ થઈ શકે છે, ધ્યાન થઈ શકે છે.

પછી ત્રીજા ચરણમાં હું 'હુ' ના ઉચ્ચારનો ઉપયોગ કરું છું. જો તમે મોટેથી 'હુ' કહો છો, તો તે તમારા કામ કેન્દ્રમાં ઊંડે સુધી જાય છે. આ અવાજ તમારી અંદર નુકસાન પહોંચાડવા માટે વપરાય છે. જ્યારે તમે મોટેથી 'હુ' કહો છો, ત્યારે તે તમારા સેક્સ સેન્ટરમાં ઊંડે સુધી જાય છે.

જ્યારે તમે ખાલી અને ખાલી થાઓ છો, ત્યારે આ અવાજ તમારી અંદર ફરી શકે છે.

ત્રીજા તબક્કામાં (દસ મિનિટ માટે) આ 'હુ' નો ઉપયોગ કરવો જોઈએ. આ અવાજ સાથે શક્ય તેટલી શક્તિથી તમારી શક્તિને હિટ કરો, તમારી બધી શક્તિ તેમાં લગાવો, અને જ્યારે તમે બીજા તબક્કાના આ કેથર્સિસ દ્વારા ખાલી થઈ જાઓ છો, ત્યારે તે 'હુ' ઉચ્ચાર તમારામાં ઊંડે સુધી જાય છે અને તે તમારા સેક્સને હિટ કરે છે. કેન્દ્ર અને જ્યારે સેક્સ સેન્ટર અંદરથી અથડાય છે, ત્યારે ઊર્જા અંદર વહેવા લાગે છે. અત્યારે તે બહારની તરફ વહે છે, પછી અંદરની તરફ વહેવા લાગે છે. અત્યારે તે નીચેની તરફ વહે છે, પછી અંદર વહેવા લાગે છે. અત્યારે તે નીચે તરફ વહે છે, પરંતુ તે પછી તે ઉપરની તરફ વહેવા લાગે છે તેને કુંડલિની તરીકે ઓળખવામાં આવે છે. તમને વાસ્તવમાં તે કરોડરજ્જુની નીચે વહેતી અનુભવાશે અને તે જેટલી ઉંચી અંદર વહે છે, તમે તેની સાથે જેટલા ઊંચે આગળ વધશો. જ્યારે આ ઉર્જા બ્રહ્મરંધ્ર સુધી પહોંચે છે - તમારું છેલ્લું કેન્દ્ર, માથાની ટોચ પરનું સાતમું કેન્દ્ર, ત્યારે તમે માનવ બનવાના સર્વોચ્ચ સંભવિત શિખર પર છો.

ત્રીજા પગલામાં હું તમારી ઊર્જાને ઉપર તરફ લઈ જવા માટે વાહન તરીકે 'હુ' નો ઉપયોગ કરું છું.

પ્રથમ ત્રણ તબક્કા કેથર્ટિક છે. તે ધ્યાન નથી, પરંતુ ધ્યાન માટેની તૈયારી છે. તેઓ કૂદવા માટે 'તૈયાર' થઈ રહ્યા છે, કૂદકા માટે નહીં.

ચોથું પગલું એ જમ્પ છે. ચોથા પગલામાં હું તમને સંપૂર્ણપણે બંધ થવા માટે કહીશ. જ્યારે હું કહું, 'રોકો', ત્યારે એકદમ શાંત થઈ જાવ. બિલકુલ ન કરો કારણ કે જો તમે કંઈપણ કરશો તો તે વિચલિત થશે અને તમે બિંદુ ચૂકી જશો. થોડીક ખાંસી કે છીંક આવશે અને તમે આખી વાત ચૂકી જશો કારણ કે મન વિચલિત થઈ જશે. પછી ઉપર તરફનો પ્રવાહ બંધ થઈ જશે કારણ કે તમારું ધ્યાન બીજે વિખેરાઈ ગયું છે.

કશું કરશો નહીં. તમે મરશો નહીં, ભલે તમને છીંક આવે અને તમે દસ મિનિટ પણ છીંક ન લો તો પણ તમે મરશો નહીં. જો તમને ઉધરસ જેવું લાગે છે, જો તમને ગળામાં દુખાવો લાગે છે અને તમને કંઈપણ લાગતું નથી

જો તમે કરો છો, તો તમે મૃત્યુ પામવાના નથી. તમારા શરીરને મૃત રહેવા દો જેથી ઊર્જા ઉપર તરફ જઈ શકે.

જ્યારે ઊર્જા ઉપરની તરફ જાય છે, ત્યારે તમે વધુને વધુ શાંત અને મૌન બનવાનું શરૂ કરો છો. મૌન એ ઊર્જાની ઉપરની ગતિનું આડપેદાશ છે. હવે તમારું આખું શરીર એટલું શાંત અને શાંત થઈ જશે,

જાણે તે ઓગળી ગયું હોય. તમે તેનો અનુભવ પણ કરી શકશો નહીં. તમે અવ્યવસ્થિત થઈ ગયા છો અને જ્યારે તમે શાંત છો અને મૌન છો ત્યારે આખું અસ્તિત્વ મૌન છે કારણ કે અસ્તિત્વ એક દર્પણ સિવાય બીજું કંઈ નથી, તે તમને પ્રતિબિંબિત કરે છે. તે તમને હજારો અરીસાઓમાં પ્રતિબિંબિત કરે છે. જ્યારે તમે મૌન હોવ ત્યારે આખું અસ્તિત્વ શાંત થઈ જાય છે.

-ઓશો
ધ્યાન ફિલસૂફી

પ્રથમ તબક્કો

સંગીત સાથે નાક દ્વારા ઝડપથી શ્વાસ લેવાનું અને બહાર કાઢવાનું શરૂ કરો. શક્ય તેટલી ઝડપથી અને ઊંડાણપૂર્વક શ્વાસ લો અને બહાર કાઢો. બે શ્વાસો વચ્ચે કોઈ અંતર ન હોવું જોઈએ. જેટલો ઝડપી અને ઊંડો શ્વાસ લેવામાં આવશે, તેટલી વધુ ઉર્જા જાગૃત થશે. ખાતરી કરો કે તમારા શ્વાસ ઝડપી અને ઊંડા છે. આપણે આધ્યાત્મમાં આખા આત્માને સમર્પિત કરવાનો છે, અરધા પડધા મનથી નહીં. જો તમે શરૂઆતમાં આટલા ઝડપથી અને અસ્તવ્યસ્ત રીતે શ્વાસ લેવામાં અસમર્થ હોવ તો ચિંતા કરશો નહીં, ધીમે ધીમે પ્રેક્ટિસ સાથે તમારા શ્વાસ ઝડપી અને ઊંડા બનશે. હાથ અને શરીર ઢીલું રાખો. શ્વાસ જેટલા ઝડપી અને ઊંડા, ફેફસાં તેટલા વધુ જીવંત બનશે. અત્યારે આપણે સંપૂર્ણ ફેફસાંનો ઉપયોગ કરતા નથી. ફેફસાં જેટલા વધુ સક્રિય હશે, ઓક્સિજનનું પ્રમાણ તેટલું વધશે અને વધુ કાર્બન ડાયોક્સાઇડ પણ બહાર જશે. હૃદય સક્રિય થશે, આપણું લોહી અને અન્ય અવયવો સાફ થશે. તેથી, આ તબક્કામાં તમારી બધી શક્તિનો ઉપયોગ એવી રીતે કરો કે તમારી આજુબાજુમાંની કોઈ ઊર્જા બાકી ન રહે.

આપણી પાસે અનંત ઊર્જા છે, આપણી સંપૂર્ણ ઊર્જાનો કામ પર લગાડીએ

તમારું મન કહેશે કે બસ પૂરું થઈ ગયું, પરંતુ તેને સાંભળશો નહીં અને શ્વાસ ચાલુ રાખજો. એક એવો સમય આવશે જ્યારે તમે ખૂબ જ થાક અનુભવશો અને તમારી પાસે કોઈ ઊર્જા બાકી રહેશે નહીં. હજુ ચાલુ રાખવાનું છે. ઉર્જા જાગી રહી છે, ઉર્જા જાગૃત કરવાનું સમગ્ર કાર્ય ચાલી રહ્યું છે. હા, ઇન્દ્રિયો થાકી રહી છે. ઇન્દ્રિયો ઉર્જા નથી, તે માત્ર ઊર્જાના પ્રવાહ માટે પ્રવેશદ્વાર છે. ઇન્દ્રિયો થાકી રહી છે અને થાકી જવું એ એક અત્યંત સહાયક છે, એક અર્થમાં.

કેટલાક દિવસો સુધી તમે શરીરમાં થાક અનુભવશો. કારણ કે શરીરને તેની આદત નથી. ધીમે ધીમે શરીરને તેની આદત પડી જશે. શરૂઆતમાં તમે થાક અનુભવશો કારણ કે તમારું અસ્તિત્વ, તમારી ઓળખ આ ઇન્દ્રિયો દ્વારા છે. આ તમે તેને ‹હું› સમજો છો. એટલે ઇન્દ્રિયો થાકી જાય ત્યારે તમે સમજો છો કે હું થાકી ગયો છું. તમારી આ ઓળખ તૂટવી જોઈએ. એવો કિસ્સો છે કે તમારો ઘોડો થાકી જાય છે, તમે ઘોડા પર બેઠા છો. તમે શરીરમાં રહો છો, શરીર તમારો ઘોડો છે અને તમે તેના સવાર છો. ઘોડો થાકી ગયો અને તમે કહ્યું કે અમે થાકી ગયા છીએ. જે દિવસે તમને ખબર પડશે કે હું ઘોડો નથી, હું સવાર છું ત્યારે તમે માનશો કે ઇન્દ્રિયો થાકી ગઈ છે. ત્યારબાદ એક અજ્ઞાત ઉર્જા તમને ઘેરી લેશે. તમને લાગશે કે શરીર શ્વાસ લઈ રહ્યું છે અને તમારે શ્વાસ બહાર કાઢવો પડશે અને દસ મિનિટ રોકાયા વિના ઝડપથી અને ઊંડો શ્વાસ લેવો પડશે, જાણે શરીર માત્ર એક શ્વાસનું મશીન હોય. ઝડપી, ઊંડા અને અસ્તવ્યસ્ત શ્વાસ એ પ્રથમ પગલાનો મૂળ આધાર છે, પછી બીજું પગલું આપોઆપ થશે.

તીવ્ર શ્વસનની ચોટના(પ્રહારના) રહસ્યો

માનવ જીવનનું સૌથી મહત્વનું તત્વ શ્વાસ છે. આત્મા અને શરીર શ્વાસના પુલ દ્વારા જોડાયેલા છે. શ્વાસ ગયો અને માણસ ગયો. જો કોઈ વ્યક્તિ કોઈ કારણસર બેભાન થઈ જાય, કોમામાં જાય અને શ્વાસ લઈ રહ્યો હોય, તો તેના પાછા આવવાની પૂરી સંભાવના છે. તેથી જ કહેવાય છે કે ‹જ્યાં સુધી શ્વાસ છે ત્યાં સુધી આશ છે›. કુંડલિની પર ઊંડા શ્વાસ લેવાની અસરના ઘણા પરિણામો છે. કારણ વગર પ્રાણાયામની શોધ થઈ નથી. લાંબા પ્રયોગો અને અનુભવો દ્વારા, તે જાણીતું બન્યું કે શ્વાસના પ્રહાર દ્વારા ઘણું બધું કરી શકાય છે. શ્વસનના પ્રહાર ઘણી બધી બાબતો કરી શકે છે અને જેટલી ઝડપથી પ્રહારો થાય છે તેટલી તીવ્ર ગતિ પ્રાપ્ત થાય છે. કુંડલિની, જે સૂઈ રહી છે તેને સક્રિય કરવા માટે, તેને જગાડવા માટે એક ઊંડો ફટકો જરૂરી છે. બધી ઉર્જા અને તાકાત ભેગી કરીને પ્રહાર કરવાની જરૂર છે.

આત્મા અને શરીરના જોડાણનું બિંદુ કુંડલિની છે. આ બિંદુ પર જે શક્તિ છે તેને જ કુંડલિની કહે છે. તમે તેને ગમે તે કહો. સક્રિય ધ્યાનનું પ્રથમ પગલું એ છે કે દસ મિનિટ માટે અંદર અને બહાર ઝડપી, ઊંડા અને અસ્તવ્યસ્ત શ્વાસો લેવા. બે શ્વાસો વચ્ચે કોઈ અંતર ન હોવું જોઈએ. ઊર્જા જાગૃતિના પ્રયાસમાં આ એક મહત્વપૂર્ણ પગલું છે. આ પગલું યોગ્ય રીતે કરવાથી, મહાન પરિણામો અનુભવી શકાય છે.

પ્રથમ: જ્યારે આપણે ઝડપથી, ઊંડા અને અસ્તવ્યસ્ત રીતે શ્વાસ બહાર કાઢીએ છીએ અને શ્વાસ લઈએ છીએ, ત્યારે માત્ર શરીર જ નહીં, આત્માના આંતરિક તંતુઓ પણ ધ્રૂજે છે, તોફાન સર્જાય છે. તોફાનની તે ક્ષણમાં, વ્યક્તિને સમજાય છે કે શરીર અને આત્મા અલગ છે. જ્યારે આપણે અસ્તવ્યસ્ત રીતે શ્વાસ અંદર લઈએ છીએ અને બહાર કાઢીએ છીએ, ત્યારે એક ક્ષણ આવે છે જ્યારે તમને લાગે છે કે શરીર જ બધું કરી રહ્યું છે. તમે માત્ર શરીર અને શ્વાસના સાક્ષી છો. આ ક્ષણે તમારા શરીરમાં એક અલગ જ અનુભૂતિ થાય છે, તે સમયે ગભરાશો નહીં. શરીર પોતે જ શ્વાસ લઈ રહ્યું છે. હું શરીર અને શ્વાસ બંનેનો સાક્ષી છું. ધીરે ધીરે તમારો આ અનુભવ પ્રગાઢ થતો જશે.

બીજું: આપણે હજી સુધી આપણા સંપૂર્ણ ફેફસાંનો ઉપયોગ કરતા નથી. જેને આપણે સંપૂર્ણ સ્વસ્થ કહીએ છીએ તેનો શ્વાસ માત્ર 1000-1500 છિદ્રો સુધી પહોંચે છે જ્યારે ફેફસામાં ઓછામાં ઓછા છ હજાર છિદ્રો હોય છે. એવી કોઈ વ્યક્તિ નથી કે જેના આખા ફેફસામાં ઓક્સિજન હોય. જ્યારે આપણો શ્વાસ અસ્તવ્યસ્ત થઈ જાય છે, ત્યારે ફેફસાંના છિદ્રો ખુલવા લાગે છે, જે શરૂઆતમાં કાર્બન ડાયોક્સાઇડથી ભરેલા હોય છે. ઓક્સિજનનું પ્રમાણ વધવા લાગે છે અને કાર્બન ડાયોક્સાઇડનું પ્રમાણ ઘટવા લાગે છે. છિદ્રોમાં જેટલો વધુ ઓક્સિજન જશે, તમારા હૃદયને ઓક્સિજન વધુ મળશે, લોહી શુદ્ધ રહેશે, તમે વધુ જીવંતતા અનુભવશો અને તે તમને સ્વસ્થ રહેવામાં મદદ કરશે અને તમારી ચેતનાનો વિસ્તાર થશે. ફેફસાના નકામા અને બંધ પડી ગયેલા છિદ્રો સક્રિય થશે. સામાન્ય રીતે પણ, તમારો શ્વાસ ઊંડો જઈને તમારા પેટ સુધી પહોંચશે. આપણે જે રીતે શ્વાસ લઈએ છીએ તે આપણા મનની સ્થિતિને બદલે છે. ગુસ્સામાં, સેક્સ દરમિયાન, તાવ દરમિયાન શ્વાસ ઝડપી બને છે. જો તમે આ ત્રણમાંથી કોઈપણ પરિસ્થિતિમાં તમારા શ્વાસને ધીમો કરી શકો, તો તમે ગુસ્સો કરી શકશો નહીં, સેક્સ વધુ ઊંડું થશે અને તાવ ઉતરી જશે.

ઓશોનો સંદેશ

આપણા બધાની અંદર ઘણું બધું સુસુપ્ત પડ્યું છે. જો તે જાગે નહીં, તો આપણી આંતરિક યાત્રા માટે આપણી પાસે તાકાત રહેતી નથી. આપણે જે શક્તિથી જીવીએ છીએ તે ખૂબ જ ઉપરછલ્લી છે. ખૂબ જ ઉપરની શક્તિ, જે આપણી અંદર વિશ્રામ કરી રહી છે, સુસુપ્ત પડી છે, જેને આપણે પાછળ છોડી દીધી છે, જેને આપણે સ્પર્શ પણ કરતા નથી, તે આપણી સાથે જ રહેશે અને આપણે મરી પણ જઈશું. જેમ કોઈ માણસ

પાસે તિજોરી હોય અને તેણે તેના ખિસ્સામાં દસ રૂપિયા રાખ્યા હોય અને આ દસ રૂપિયા ને જ તે પોતાની મિલકત માનતા હોય તેમ પોતાની આખી જિંદગી વિતાવી નાખે. ભૂખ્યો રહે, તરસ્યો રહે, ભીખ માંગે અને પણ એને એની તિજોરી વિશે કોઈ જાણકારી જ નથી.

પરંતુ, આવા મૂર્ખ લોકો શોધવા ખૂબ મુશ્કેલ છે જેમની પાસે તિજોરી હોય અને તેઓ તેના વિશે જાણતા ન હોય.

પરંતુ જ્યાં સુધી જીવનનો સંબંધ છે, જો તમે શોધશો તો આવા અણસમજુ લોકો મળી જ જશે. બીજી બાજુ એવી વ્યક્તિ શોધવી મુશ્કેલ બનશે જેણે જીવનની તમામ સંપત્તિનો ભરપુર ઉપયોગ કર્યો હોય.

તેથી ધ્યાનની પ્રક્રિયાનું પ્રથમ પગલું એ છે કે આપણી અંદર રહેલી સંપૂર્ણ શક્તિને જાગૃત કરવી. આ શક્તિને જાગૃત કરવા માટે થોડા પ્રહારો, થોડા હેમરિન્ગની જરૂર છે. આ માટે આપણે શ્વાસનો ઉપયોગ કરીશું, દસ મિનિટના પ્રથમ તબક્કામાં આપણે ઊંડા શ્વાસ લઈશું. તેને હથોડાની જેમ વાપરીશું. શ્વાસ વડે પ્રહાર કરીશું. આપણે એ પ્રહારોથી અંદર સૂતેલી શક્તિને જગાડવાનું શરૂ કરીશું.

તમને કદાચ ખબર નહીં હોય, જ્યારે પણ તમને શક્તિની જરૂર હોય, તમે હોશમાં હોવ કે ન હોવ, તે શ્વાસના ફટકાથી જાગૃત થઈ શકે છે. તમે કદાચ ક્યારેય વિચાર્યું પણ નહીં હોય કે જો તમારે કોઈ મોટો પથ્થર ઉપાડવો હોય તો તમે અચાનક જ ઊંડો શ્વાસ લઈને પથ્થરને ઉપાડશો. શું તમે ક્યારેય વિચાર્યું છે કે પત્થર ઉપાડવા અને ઊંડો શ્વાસ લઈને અંદર દબાવી રાખવાને શું સંબંધ છે? ઊંડા શ્વાસ લીધા વિના તમે તે પથ્થરને ઉપાડી શકશો નહીં. પિરામિડના પત્થરો મૂકનારા લોકો વિશે આજે વૈજ્ઞાનિકો ખૂબ જ આશ્ચર્ય અનુભવે છે કારણ કે તે સમયે કોઈ ક્રેન્સ નહોતી, તો પિરામિડ પર આટલા મોટા પથ્થરો કેવી રીતે મૂકવામાં આવ્યા તે તેમને ચમત્કાર જેવું લાગે છે. આટલા મોટા પથ્થરો, સો લોકો પણ એક સાથે પણ જેને ઉપર ચઢાવી ન શકે, તે કેવી રીતે ચઢાવવામાં આવ્યા ? તેઓ જાણતા નથી કે ઇજિપ્તમાં પિરામિડ બનાવનારા લોકો એક વિજ્ઞાન જાણતા હતા, જે તેઓ ધીરે ધીરે ભૂલી ગયા. એ રહસ્ય હતું શ્વાસના ફટકાથી અંદર રહેલી સુસુપ્ત શક્તિને જગાડવાનું રહસ્ય.

તમે રામમૂર્તિનું નામ તો સાંભળ્યું જ હશે. તે હાથીને તેની છાતી પર ઊભો રાખી શકતા હતાં. જો તે કોઈ કાર કે ટ્રકને તેની છાતી ઉપરથી પસાર થવા દે અથવા પાછળથી ચાલતી કારને પકડી લે, તો પૈડાં ફરતા રહે, પરંતુ કાર આગળ વધી શકતી નહીં. તેનું રહસ્ય એ હતું કે તે શ્વાસના ફટકાથી અને શ્વાસને અંદર ભરીને, અંદરની સંપૂર્ણ શક્તિને બોલાવવાની યુક્તિ જાણતો હતો.

આપણી અંદર જે પણ સુસુપ્ત શક્તિ પડેલી છે તેને પ્રહારો કરીને જગાડવી પડશે. દસ મિનિટના ધ્યાનનો પ્રથમ તબક્કો જે આપણે કરીશું તેમાં એટલો ઊંડો શ્વાસ લઈશું કે ભીતરે એથી વધુ શ્વાસ ભરવાનો કોઈ અવકાશ ન રહે. આપણે શ્વાસ પર સંપૂર્ણ બળ લગાવી દઈશું. જ્યારે તમે શ્વાસ પર સંપૂર્ણ બળ લગાવશો, ત્યારે શરીર કંપવા લાગશે, તેને કંપવા દો. શરીર જેટલું વધુ કંપશે, તેટલી જ સરળતા રહેશે, પ્રહાર કરવામાં. કડક થઇને ઊભા નથી રહેવાનું. પ્રહાર કરવાનો છે અને શરીરને કંપવા દેવાનું છે. એ પ્રહારથી શરીર કંપવા લાગે છે.

તે મિનિટમાં, આખા ફેફસામાં જે પણ હવા છે, તેને રૂપાંતરિત કરી નાખો. તેને બદલી નાખો. આપણા ફેફસામાં લગભગ છ હજાર છિદ્રો છે અને આપણો શ્વાસ ભાગ્યે જ એક કે બે હજાર સુધી પહોંચે છે, બાકીના ચાર હજાર હંમેશા બંધ રહે છે. તેમાં કાર્બન ડાયોક્સાઈડ જમા થઈ રહ્યો છે.

ફેફસાના તમામ છિદ્રોને ઓક્સિજન એટલે કે પ્રાણવાયુ પહોંચાડી દેવાનો છે. જેવું અંદર પ્રાણવાયુનું પ્રમાણ વધે છે, કે તરત જ શરીરમાં વિદ્યુત જાગૃત થવા લાગે છે. તમને લાગશે કે શરીર ઇલેક્ટ્રિફાઇડ થઇ ગયું છે. તેના દ્વારા વીજળી વહેવા લાગી છે, દરેક વાળ ધ્રૂજવા લાગ્યા છે, શરીર જાણે નાચવાની સ્થિતિએ પહોંચી ગયું હોય તેવું થઈ જશે.

પ્રથમ ચરણના અન્ય અર્થો છે, ચાલો હું તમને તેમના વિશે પણ કહું. જો આ પગલું પૂર્ણ ન થાય તો બીજા ચરણમાં પ્રવેશ શક્ય નહીં બને. જેમ પહેલું પગથિયું ન ચઢ્યું હોય, તેણે બીજું પગથિયું ન ચઢવું જોઈએ. પ્રથમ પગથિયા પર પગ મૂકવો જરૂરી છે, તો જ વ્યક્તિ બીજા પગથિયા પર ચઢી શકે છે.

જો પ્રથમ પગલું પૂર્ણ થાય છે, તો તમારું શરીર એક પ્રકારના રેઝિસ્ટરની જેમ પ્રતિકારની દિવાલ બનાવે છે. તેનાથી કોઈ પણ હાનિકારક વસ્તુ તમારામાં પ્રવેશી શકતી નથી અને તમારી અંદરથી કોઈ શક્તિ બહાર કાઢી શકાતી નથી. તે દિવાલ તરીકે કામ કરવા લાગે છે, જેમ કે આપણે આપણા ઘરની આસપાસ ઇલેક્ટ્રિક વાયર લગાવીએ છીએ અને જો તેમાં કરંટ ચાલતો હોય, તો ચોર અંદર પ્રવેશ કરી શકશે નહીં, કારણ કે જો તે વાયરને સ્પર્શ કરશે તો તે મુશ્કેલીમાં આવશે.

પ્રથમ તબક્કાનું મહત્વનું કાર્ય એ છે કે તે તમારી આસપાસ વીજળીનું એક વર્તુળ બનાવે છે જેથી ન તો અંદરથી કંઈપણ બહાર જઈ શકે અને ન તો બહારથી કંઈપણ અંદર આવી શકે.

ત્રીજી વાત, પ્રથમ તબક્કાના સંબંધમાં, એ સમજવી જરૂરી છે કે જ્યારે તમારી અંદર પ્રહારો થયા પછી શક્તિ જાગે છે, ત્યારે તમને

શરીરમાં ઘણા પ્રકારના અનુભવો થવા લાગશે. આ હું તમને એટલા માટે કહી રાખું છું કે જેથી તમે મુશ્કેલીમાં ન પડો, કારણ કે વચ્ચે પૂછવાનો કોઈ રસ્તો નથી. શરીરમાં વિવિધ પ્રકારના અનુભવો થઈ શકે છે. જુદા જુદા પ્રકારના લોકોને જુદા જુદા અનુભવો થશે. કોઈને લાગે કે શરીર બહુ નાનું થઈ ગયું છે તો તેને આંખ ખોલીને જોવાનું મન થશે. ખરેખર વાત શું છે? હું ક્યાંક ખોવાઈ ગયો છું? પરંતુ તમારી આંખો ખોલીને જોવાનું નથી. તમે તમારા સ્થાને જ છો, કંઈપણ ગુમાવ્યું નથી.

આ બધી પરિસ્થિતિઓ તે શરીરમાં નવી શક્તિના જાગરણ સાથે શરૂ થશે. કોઈ ને એવું લાગશે કે સાપ અને વીંછી જાણે શરીર પર રખડતા હોય; કીડીઓ ચઢી રહી હોય એવું કેટલાક લોકોને લાગશે; વિદ્યુત પ્રવાહ કોઈની અંદરથી વહેતો હોય તેવું લાગશે; કોઈને એવું લાગશે કે ધોધની જેમ ઉપરથી કંઈક નીચે પડી રહ્યું છે; તો કોઈ જોશે કે નીચેથી કંઈક ઉપર આવી રહ્યું છે.

આવા ઘણા અનુભવો શરીરમાં થવા લાગશે અને તેની સાથે શરીર કેટલીક ગતિવિધિઓ, કેટલાક હલનચલન કરવા માંગશે.

દસ મિનિટમાં શરીર સંપૂર્ણપણે ચાર્જ થઈ જાય છે, ઊર્જાથી ભરાઈ જાય છે, તો બીજા તબક્કામાં શરીરને મુક્ત કરી દો, તેને જે કરવું હોય તે કરવા દો. પાવરને બીજા તબક્કામાં રમવાની તક આપો. જે શક્તિ જાગી છે તેને સાથ અને સહકાર આપવો.

ઝડપી શ્વાસ દ્વારા પ્રાણશક્તિમાં વધારો

તમે કહ્યું કે ઊંડો શ્વાસ લેવાથી ઓક્સિજન અને કાર્બન ડાયોક્સાઇડનો ગુણોત્તર બદલાય છે, તો પછી આ ગુણોત્તરમાં ફેરફાર કુંડલિની જાગૃતિ સાથે કેવી રીતે સંબંધિત છે?

ઘણો બધો સંબંધ છે. પ્રથમ, આપણી અંદર જીવન અને મૃત્યુ બંનેની શક્યતાઓ છે. તેમાં જે ઓક્સિજન છે તે આપણા જીવનની સંભાવના છે અને જે કાર્બન છે તે આપણા મૃત્યુની સંભાવના છે. જ્યારે ઓક્સિજન ઘટતાં ઘટતાં ખતમ થઈ જશે અને તમારી અંદર માત્ર કાર્બન ડાયોક્સાઈડ જ રહી જશે, ત્યારે તમે લાશ બની જશો. જેમ આપણે લાકડા બાળીએ છીએ. જ્યાં સુધી ઓક્સિજન ઉપલબ્ધ છે ત્યાં સુધી તે બળતા રહે છે. અગ્નિ છે, જીવન છે. પછી ઓક્સિજન ગયો, અગ્નિ ગયો, પછી કોલસો અને કાર્બન પાછળ રહી ગયા. તે મૃત આગ છે. પાછળ પડેલો કોલસો મૃત આગ છે.

આપણી અંદર બંનેનું કામ નિરંતર ચાલતું રહે છે. આપણી અંદર જેટલો કાર્બન હશે, તેટલા આપણે ઉદાસ થઈશું, આપણે સુસ્ત થઈશું.

એટલા માટે દિવસ દરમિયાન સૂવું મુશ્કેલ છે, પરંતુ રાત્રે સરળ છે, કારણ કે રાત્રે ઓક્સિજનનું પ્રમાણ ઘટ્યું છે અને કાર્બનનું પ્રમાણ વધ્યું છે. તેથી, આપણે રાત્રે સરળતાથી સૂઈ જઈએ છીએ અને દિવસ દરમિયાન સૂવું એટલું સરળ નથી, કારણ કે હવામાં ઘણો ઓક્સિજન હોય છે. સૂર્યના આગમન પછી, હવામાં ઓક્સિજનનું પ્રમાણ બદલાય છે. સૂર્ય આથમતા ની સાથે જ ઓક્સિજનનું પ્રમાણ નીચે આવે છે.

તેથી જ અંધકાર કે રાત્રી એ આળસનું કે તમસનુ પ્રતીક બની ગયા છે. સૂર્ય તેજસનું પ્રતીક બની ગયો છે, કારણ કે તેની સાથે જ જીવન આવે છે. રાત્રે બધું સુકાઈ જાય છે, ફૂલો બીડાઈ જાય છે, પાંદડાં ઝૂકી જાય છે, માણસ સૂઈ જાય છે, એક અર્થમાં આખી પૃથ્વી અસ્થાયી મૃત્યુમાં ચાલી જાય છે, કામચલાઉ મૃત્યુમાં ડૂબી જાય છે. સવાર પડતાં જ પુષ્પો ખીલવા માંડે છે, ફરી પાન જીવંત થાય છે, ફરી વૃક્ષો ડોલવા માંડે છે, ફરી માણસ જાગે છે, પક્ષીઓ ગીતો ગાય છે, ફરી પૃથ્વી જાગી જાય છે, તે જે ટેમ્પરરી ડેથ- કામચલાઉ મૃત્યુ હતું, રાતના આઠ- દસ કલાક માટે નું એ વીતી ગયું, હવે જીવન ફરી પાછું આવ્યું છે.

તો તમારી અંદર પણ એવી ઘટના બને છે કે જ્યારે તમારી અંદર ઓક્સિજનનું પ્રમાણ ઝડપથી વધે છે, ત્યારે તમારી અંદરની સૂતેલી શક્તિઓ જાગી જાય છે, કારણ કે સૂતેલી શક્તિઓને જગાડવા માટે હંમેશા ઓક્સિજનની જરૂર પડે છે - કોઈ પણ પ્રકારની સુસુપ્ત શક્તિને જાગૃત કરવા માટે. હવે એક માણસ મરી રહ્યો છે, મૃત્યુની ખૂબ નજીક છે, આપણે તેના નાકમાં ઓક્સિજન સિલિન્ડર નાખી રહ્યા છીએ. આપણે તેને દસ-વીસ કલાક જીવતો રાખીશું. તે દસ-વીસ કલાક પહેલાં મરી ગયો હોત, પણ આપણે તેને દસ-વીસ કલાક માટે ખેંચી રાખીશું. તેમાં એક વર્ષ, બે વર્ષ પણ ખેંચી શકીએ. કારણ કે આપણે તેની સંપૂર્ણ રીતે નબળી પડી ગયેલી શક્તિઓને ઓક્સિજન આપી રહ્યા છીએ, તેની શક્તિઓ સૂઈ શકતી નથી. તેની બધી શક્તિઓ મૃત્યુની નજીક આવી રહી છે, તે ડૂબી રહી છે, પરંતુ હજી પણ ઓક્સિજન આપવામાં આવી રહ્યો છે.

તીવ્ર પરિવર્તનો વડે જોવું સરળ

હેતુ તમારી અંદર ઓક્સિજન વધારવાનો છે. તમારી અંદરનું સંતુલન બદલાય છે. તમે હવે ઊંઘ માટે નહીં પરંતુ જાગરણ માટે ઉત્સુક છો અને જો એની માત્રાને ઝડપથી વધારી શકાય છે, તો તમારી અંદરના સંતુલનમાં અચાનક ફેરફાર થશે, જેમ કે ત્રાજવામાં તળિયે હતું તે પલડું અચાનક ઉપર જાય છે અને ઉપર હતું એ સંપૂર્ણપણે નીચે

આવે. જો તમારી અંદરના સંતુલનને આંચકાથી બદલી શકાય, તો તમે તેનો અનુભવ ખૂબ ઝડપથી થશે. પલડું બહુ ધીરે ધીરે આવે તો ખબર પણ ના પડે કે ક્યારે બદલાવ આવ્યો. તેથી જ હું કહી રહ્યો છું કે તીવ્ર શ્વાસનો ઉપયોગ કરો, ફેરફારો એટલા તીવ્ર કરો કે દસ મિનિટમાં તમે એક સ્થિતિ માંથી બીજી સ્થિતિમાં જાઓ અને એ તમે સ્પષ્ટપણે જોઈ શકો. કારણ કે વસ્તુઓ કેટલી ઝડપથી બદલાય છે તે જોઈ શકાય છે.

એટલા માટે હું એવા પ્રયોગોના પક્ષમાં છું જે તમને તીવ્રતાથી રૂપાંતરિત કરે છે. જો તમે વધુ સમય લેશો તો તમે ક્યારેય સમજી શકશો નહીં કે શું થઈ રહ્યું છે અને શું જોખમ છે. જો તમે સમજી નહીં શકો, તો બની શકે કે કદાચ થોડું રૂપાતરણ થાય, પરંતુ તે તમારી સમજને વધુ ઊંડી નહીં બનાવી શકે. ઘણી વખત એવું બને છે કે વ્યક્તિ ચાલતા-ચાલતા આત્મિક અનુભવની ખૂબ નજીક પહોંચી જાય, પરંતુ અચાનક નહીં, તીવ્રતાથી નહીં, પછી તે શું થયું તે સમજી શકતો નથી અને તે જે અર્થઘટન કરે છે તે ક્યારેય સાચું નથી થતું, કારણ કે તેના અર્થઘટન માટે એટલી જગ્યા નથી હોતી. ઘણી વખત આવી ઘટના બને કે જ્યારે તમે નવા અનુભવની નજીક હો, પરંતુ તમે તેને ટાળશો, તમે તમારી જૂની ગણતરીઓ અનુસાર તેનું અર્થઘટન કરશો, કારણ કે તે એટલું ધીમેથી બન્યું છે કે તમે તેને ક્યારેય ધ્યાનમાં લેતા નથી.

પ્રાણશક્તિ કુંડલિનીનું બળતણ છે

તેથી જ હું કહું છું કે તીવ્રતા અને પ્રાણવાયુનો ઉપયોગ ખૂબ મૂલ્યવાન છે. વાસ્તવમાં, તમે જેટલું વધુ તમારા શરીરને પ્રાણવાયુ અને ઓક્સિજનથી ભરશો, તેટલી ઝડપથી તમે શરીરના અનુભવમાંથી આત્માનુભવ તરફ આગળ વધશો. કારણ કે જો તમે તેને ખૂબ જ સ્પષ્ટ રીતે સમજો છો, તો તમારું શરીર તમારું ડેડ એન્ડ છે, એટલે કે તમારો તે ભાગ જે મૃત છે. તેથી જ તે દેખાય છે. તમારો ભાગ જે હવે પ્રવાહી નથી, ઘન થઈ ગયો છે અને આત્મા એ ભાગ છે જે પ્રવાહી છે, નક્કર નથી, વાયુ છે, તેને પકડી શકાતો નથી.

તેથી, તમારી અંદર જીવન અને જાગૃતિની જેટલી વધુ ઊર્જા હશે, તેટલું જ તમે આ બંને વચ્ચે સ્પષ્ટ અંતર બનાવી શકશો. આ બે તમને ખૂબ જ અલગ લાગશે, એક ભાગ આ, એક ભાગ પેલો - જે સંપૂર્ણપણે અલગ લાગશે. તેથી આ બહુ જ ગહન ઉપયોગ છે.

હા, કુંડલિની જાગૃતિ માટે. કારણ કે કુંડલિની તમારી સુસુપ્ત શક્તિ છે. તમે તેને કાર્બનથી જગાડી શકશો નહીં, કાર્બન તેને વધુ સુસુપ્ત બનાવશે. તેને જગાડવામાં ઓક્સિજન ખૂબ મદદરૂપ થાય છે. તેથી,

ગમે તે રીતે શક્ય હોય ત્યાં સુધી સવારનું ધ્યાન, એવું હંમેશા સમજમાં આવ્યું છે કે સવારનું ધ્યાન ઉપયોગી છે. તેની કોઈ વધુ કિંમત નથી. તેનું મૂલ્ય એટલું જ છે કે જો તમે સવારે થોડો શ્વાસ લો તો પણ તમારી અંદર વધુ ઓક્સિજન પહોંચે છે. બીજી તરફ, સૂર્યના ઉદય સાથે, પૃથ્વી એક કલાક માટે ખૂબ જ અનોખી સ્થિતિમાં હોય છે, તેથી તેનો ઉપયોગ કરો. તે સ્થિતિનો ઉપયોગ કરવા માટે, સમગ્ર વિશ્વમાં ધ્યાન કરવા માટે તે સમય પસંદ કરવામાં આવ્યો છે. તમારી અંદર જે શક્તિ સુસુપ્ત છે તેના પર જીવનશક્તિનો પ્રહાર જેટલો બળપૂર્વક કરવામાં આવશે, તેટલી ઝડપથી તે થશે.

બધું જ દાવ પર લગાવી દેજો

શ્વાસ તો આપોઆપ ઝડપી થઈ જાય છે, પણ વચ્ચે વચ્ચે શ્વાસની ગતિ સંપૂર્ણપણે બંધ થઈ જાય છે, તો શું એ સ્થિતિમાં શ્વાનો આ પ્રયોગ ચાલુ રાખવો જોઈએ?

કરશો તો ફાયદો થશે. પ્રશ્ન એ નથી કે શ્વાસ ચાલુ રહે કે ન રહે, જો તે ન થાય તો કોઈ નુકસાન નથી, તમે પ્રયત્ન કર્યો કે ન કર્યો? આ કોઈ પ્રશ્ન નથી, જો તે નહીં ચાલે, તો તમે શું કરશો? પરંતુ તમે પ્રયત્ન છોડશો નહીં. તમારા પ્રયત્નો સાર્થક છે. મોટો પ્રશ્ન એ નથી કે તે થયું કે નહીં. તમે તે કર્યું! તમે તમારી જાતને સંપૂર્ણ દાવ પર લગાવી દીધી, તમે તમારી જાતને ક્યાંય સાચવી નથી, નહીં તો મન ઘણું બચાવવા પ્રયત્ન કરશે. તે કહેશે, હવે એવું નથી થતું, હવે છોડી દો. આપણા મનની મુશ્કેલી એવી છે કે રોજ હજાર માર્ગો શોધે છે કે હવે એવું નથી થતું, હવે તો સાવ ગૂંગળામણ થઈ રહી છે, હવે તું ચોક્કસ મરીશ, હવે છોડી દે.

તો તમે આ સાંભળશો નહીં. તમે કહેજો કે મને ગૂંગળામણ થાય તો બહુ આનંદ થશે. જો નથી થતી, તો તે અલગ વાત છે, એમાં તમારૂ કોઈ નિયંત્રણ નથી, પરંતુ તમે તમારા શ્રેષ્ઠ પ્રયાસ કરો, તમે તમારું બધું જ દાવ પર લગાવો. તેનાથી તમારી જાતનો એક અંશ પણ બચાવશો નહીં. કારણ કે કેટલીકવાર માત્ર જરાક અમથું બચાવી રાખવાથી પણ બધું અટકી જાય છે - માત્ર જરાક અમથું પણ. ઉંટ છેલ્લા એક તણખલા માટે પણ બેસી જશે તે કોઈ જાણતું નથી. તમે ઊંટ પર ઘણું વજન લાદી દીધું છે, પણ ઊંટ બેસી શકે તેટલું વજન હજી પૂરતું નથી. કદાચ એકમાત્ર છેલ્લું તણખલું, ઘાસનો નાનો ટુકડો છે અને ઊંટ નીચે બેસે છે. કારણ કે સંતુલન આખરે નાના તણખલા દ્વારા નક્કી કરવામાં આવે છે.

પહેલા નક્કી નથી હોતું. પહેલા તમે બે મણ લાદ્યા અને તેનાથી કોઈ ફાયદો ન થયો, ઊંટ ચાલતું રહ્યું. તમે હથોડીથી તાળું તોડ્યું, તમે પૂરા

જોરથી પચાસ હથોડા માર્યા અને એકાવનમુ ખૂબ ધીમા ફોર્સથી માર્યું અને સંતુલન તૂટી ગયું, અંતે નાની વાતથી નક્કી થાય છે. તેથી, એવું ન થવું જોઈએ કે તમે બધી સખત મહેનત કરો અને તણખલું ચૂકી જાઓ અને જો તમે ચૂકી ગયા, તો તમે સંપૂર્ણપણે ચૂકી ગયા.

આ તાજેતરમાં થયું: એક મિત્ર ત્રણ દિવસથી અમૃતસરમાં ધ્યાન કરી રહ્યો હતો. એ ભણેલો ડૉક્ટર છે, પણ કંઈ થઈ રહ્યું ન હતું. છેલ્લા દિવસે, મને ખબર પણ ન હતી કે તેઓ શું કરી રહ્યા છે અને શુ નહી, હું તેમને ઓળખતો પણ નહોતો- છેલ્લા દિવસે મેં કહ્યું કે જ્યારે આપણે પાણી ગરમ કરીએ છીએ ત્યારે તે 100 ડિગ્રી પર વરાળમાં ફેરવાઈ જાય છે અને જો તે ૯૯ ડિગ્રી પછી પણ પાછું આવે છે, તો એવું ન વિચારો કે જો આપણે તેને ૯૯ સુધી બનાવી દીધું હોત તો એક ડિગ્રીથી શું ફરક પડવાનો હતો. તે પાણી રહેશે. સાડા નવ્વાણું સુધી પણ પાણી જ રહેશે. જો ત્યાં એક નાનું અંતર બાકી છે, તો પણ પાણી રહેશે. છેલ્લો ભાગ પણ ત્યારે જ વરાળમાં ફેરવાશે જ્યારે તે સોને વટાવી જશે અને તેના માટે કોઈ ફરિયાદ કરી શકાશે નહીં.

તો તે એ જ દિવસે સાંજે મારી પાસે આવ્યો અને કહ્યું કે સારું છે, હું એમ કરતો હતો કે ભાઈ, ચાલો ધીમે ધીમે કરીએ, બહુ નહીં થાય તો કમસેકમ થોડું તો થશે. "આપણે શું વિચારીએ છીએ?» તમે ક્યારે વિચાર્યું કે આ વાત તો સાચી જ છેને? અઠ્ઠાણું ડિગ્રી ગરમીમાં, શું પાણીનો કેટલોક ભાગ વરાળમાં ફેરવાશે અને તેમાંથી કેટલોક વરાળ નહીં બને? બિલકુલ નહીં બને. બનવાનું શરૂ થશે, જો એક પણ બિંદુ બનશે, તો તે ફક્ત 100 ડિગ્રી પર જ બનશે, તેની ઉડાન 100 ડિગ્રી પર જ હશે. તે પહેલાં તે પાણી સ્વરૂપ છોડી શકતું નથી. પાણી સ્વરૂપ છોડવા માટે છેલ્લી ડિગ્રી સુધીની યાત્રા એણે કરવી જ પડશે.

તો તેણે મને કહ્યું કે તમે એ સારું કહ્યું હતું. આજે મેં મારાથી શ્રેષ્ઠ પ્રયાસ કર્યો. તેથી મને આશ્ચર્ય થાય છે કે હું છેલ્લા ત્રણ દિવસથી નકામી સખત મહેનત કરી રહ્યો હતો, થાકી પણ જતો હતો. આજે હું થાક્યો પણ નથી અને કંઈક થઈ ગયું છે. તેણે કહ્યું કે મને પૂરે પૂરાં સમય માટે 100 ડિગ્રીની વાત ધ્યાનમાં રહી અને મેં એક ઇંચ પણ છોડ્યું નહીં. મેં કહ્યું કે મારે મારી બાજુથી છોડવું નથી, મારે મારી સંપૂર્ણ તાકાત વાપરવી પડશે.

જેમને કંઈક થઈ જાય છે અને જેમને કંઈ નથી થતું એમની વચ્ચે બીજો કોઈ ફરક નથી, ફરક એટલો જ છે. બીજી એક વાત ધ્યાનમાં રાખવા જેવી છે કે ક્યારેક એવું લાગે છે કે તમારો પાડોશી તમારા કરતાં વધુ ઊર્જાનો ઉપયોગ કરી રહ્યો છે અને છતાં તેને કંઈ થતું નથી, પરંતુ

તેની સો ડિગ્રી અને તમારી સો ડિગ્રી વચ્ચે તફાવત છે. જો તેની પાસે વધુ શક્તિ હોય તો...

એક માણસ પાસે પાંચસો રૂપિયા છે અને તે ત્રણસો રૂપિયાની શરત લગાવે છે અને તમારી પાસે પાંચ રૂપિયા છે અને તમે ચાર રૂપિયાની શરત લગાવો છો - તો તમે આગળ આવી જશો. તે ત્રણ અને ચાર દ્વારા નક્કી કરવામાં આવશે નહીં, તે સમગ્ર ગુણોત્તર દ્વારા નક્કી કરવામાં આવશે. જો તમે તમારું બધું આપો તો તમે 100 ડિગ્રી પર હશો અને દરેકની 100 ડિગ્રી અલગ હશે. પ્રશ્ન એને પૂરેપૂરી લગાવી દેવાનો છે. જો તમે પાંચ રૂપિયાની શરત લગાવો તો તમે જીતી જશો અને જો તે ત્રણસો કે ચારસો પણ દાવ લગાવે તો પણ તે જીતશે નહીં. તેની પાસે પાંચસો હતા, જ્યાં સુધી તે પાંચસો ન નાખે ત્યાં સુધી તે જીતશે નહીં.

તેથી, અંતિમ અર્થમાં, એક વાત હંમેશા ધ્યાનમાં રાખવી જરૂરી છે કે તમે તમારી જાતને બચાવો નહીં, એવું ન વિચારો કે હવે ઠીક છે, આટલું થઈ જશે. તેવું તમે એમ વિચાર્યું કે તમે પાછા ફરવાનું શરૂ થઈ જશે.

અને ઘણી વાર એવું થશે કે આવું ઘટના એ જ જગ્યાએથી થશે જ્યાંથી આ ઘટના બનવાની શરૂ થતી હોય, કારણ કે મન તે સમયે જ ગભરાવા લાગે છે કે હવે વરાળ થઈ, હવે વરાળ થઈ. હવે તે કહે છે કે બહુ થયું, તે ઉકળી ગયું છે, પાણી આગમાં ફેરવાઈ રહ્યું છે, હવે શું કામ, હવે પાછા આવો.

'એ ક્ષણ ખૂબ જ કિંમતી છે જ્યારે તમારું મન કહે છે કે, હવે પાછા જાઓ.' હવે મનને લાગવા માંડ્યું કે હવે વાત જોખમમાં છે, હવે ભંગાણનો સમય નજીક આવી રહ્યો છે, હવે આપણે મરવું પડશે. તેને લાગશે કે ખતરો આવી રહ્યો છે... જ્યાં સુધી કોઈ ખતરો ન હોય ત્યાં સુધી તે તમને મજા માણવાનું કહેશે, જેવા તમે જોખમની નજીક પહોંચશો, ઉત્કલન બિંદુ પહેલાં પણ, તે તમને કહેશે કે બસ બસ, મેં મારી બધી તાકાત વાપરી નાખી, હવે એવું નથી થતું. તે સમયે સાવચેત રહો. તે તે ક્ષણ છે જ્યારે તમારે તેને તમારું સર્વસ્વ આપવું પડશે. એ એક ક્ષણ ચૂકી જવાનો અર્થ થાય છે કે વર્ષોના વર્ષો ચૂકાઈ ગયા અને નવ્વાણુંમી ડિગ્રી સુધી પહોંચવામાં પણ વર્ષો લાગે છે. ક્યારેક આપણે બીજે ક્યાંક પહોંચી જઈએ છીએ અને તરત જ ચૂકી જઈએ છીએ. નાની અમથી વાતમાં પણ ચૂકી જવાય છે. તેથી તમારો બચાવ કરશો નહીં. એવું નહીં થાય, નહીં થાય.

બળપૂર્વક કરવાથી તંતુઓ પર કોઈ અસર ન થઈ શકે?

આ બધી વાતો, આપણા બધા ડર... ચોક્કસ અસર થશે, શા માટે અસર નહીં થાય? ચોક્કસ અસર થશે, સમગ્ર મુદ્દો અસર કરવાનો છે.

જો પલ્સ તૂટી જાય તો શું?

હા, એની સામે ન જુઓ! તેને તૂટવા દો, સાચવીને પણ શું કરવાનું છે. તે ચોક્કસપણે તૂટી જશે, તમે તેને બચાવ્યા પછી શું કરશો?

અજ્ઞાનતામાં મરવું નથી!

તેથી જો તમે તમારી નાડી બચાવશો તો તમે અજ્ઞાનતામાં જ મરી જશો. તમે શું કરશો? આપણી સમસ્યા એ છે કે આપણે જે વસ્તુઓને બચાવવાની ચિંતા કરીએ છીએ તેને બચાવવાનો શું અર્થ છે?

આપણી પાસે જે થોડું ઘણું છે, શું આપણે તે પણ ગુમાવી દેવાનું?

હા, જો એટલું હતું, તો પણ કંઈક હતું, તો તમે તેને ગુમાવવાથી ડરશો નહીં. તે પણ ત્યાં નથી. ઘણીવાર નગ્ન પુરુષો તેમના કપડાં ચોરાઈ જવાથી ડરતા હોય છે, કારણ કે તે એક વાત આનંદ આપે છે કે આપણી પાસે પણ કપડાં છે. તેની અંદર જે લાગણી છે તે છે કે આપણે કંઈ નગ્ન નથી, આપણાં કપડાં ચોરાઈ જવા જોઈએ નહીં. કપડાં જ હોય તો ચોરાઈ જવાની એટલી ચિંતા નથી. આ તો કપડાં જ છે, ચોરાઈ જશે તો ભલે. કપડાં જ છે ને. ભલે ચોરાઈ જતાં એનો ભય છોડી દેવો.

આનો અર્થ એ નથી કે તમારી નાડીઓ તૂટી જશે. ભયથી તૂટી શકે, ધ્યાનથી તોડી શકાય નહીં. ડરને કારણે આપણે તૂટી જઈએ છીએ, પણ ડરથી ડરતા નથી. આપણે ડરથી ભાંગી જઈશું, ચિંતાથી ભાંગી જઈશું, આપણે તેનાથી ડરતા નથી. તણાવને કારણે અમે તૂટવાનો ડર નથી રાખતા. આપણે ધ્યાનથી ડરીએ છીએ, જ્યાં તૂટવાનો પ્રશ્ન જ નથી, જ્યાં તૂટે તો પણ જોડી શકાય.

પણ આપણે આપણા ડરને પોષીએ છીએ અને એ ડર આપણી સગવડ બની જાય છે તેથી ક્યાક આવું ન થઈ જાય એ માટે આપણે પાછા ફરવાની બધી વ્યવસ્થા કરીએ છીએ.

તો હું કહું કે જાઓ છો શા માટે? આ મૂંઝવણ ખતરનાક છે. હું કહું છું, ન જાઓ, વાત બાજુ પર રાખો, તેની ચિંતા કરો જ નહીં.

દ્વિધા એ સાધકનો એકમાત્ર દુશ્મન છે

પરંતુ અમે બંને કામ કરવા માંગીએ છીએ. અમે બંને જવા પણ માંગીએ છીએ અને જવા નથી પણ માંગતા. પછી મૂંઝવણ આપણો જીવ ખાઈ જાય છે અને પછી આપણે કોઈ કારણ વગર પરેશાન થઈએ છીએ. કરોડો લોકો કોઈ કારણ વગર પરેશાન છે. તેઓએ ભગવાનની શોધવા પણ છે કરવી અને અને તેમને મળવાનું ટાળવું પણ છે.

હવે આ બેવડી સમસ્યાઓ છે. આપણી આખી સમસ્યા એ છે કે આપણે જે પણ કરવા માંગીએ છીએ, તે બીજા કોઈ સ્તર પર આપણે આપણા મનથી કરવા નથી માંગતા. દુવિધા એ આપણું જીવન છે. આપણે એવું કહી જ શકતા નથી કે જો આપણે કંઈક કરવા માંગીએ છીએ, તો કરવા માંગીએ જ છીએ. જે દિવસે આવું થશે, તમને કોઈ અવરોધો નહીં હોય, એ દિવસે જીવન ઝડપી બની જાય છે. પણ આપણી હાલત એવી છે કે આપણે એક પગ ઊંચકીએ અને બીજો પાછો વાળી લઈએ છીએ, ઘરની એક ઈંટ ઉપર રાખીએ અને બીજી નીચે લઈ લઈએ છીએ. ઈંટ ગોઠવવાની પણ મજા લઈએ છીએ અને ઘર નથી બંધાતા એના રોદણાં પણ રડીએ છીએ. તેઓ આખો દિવસ ઘર ભેગું કરે છે અને તેને આખી રાત વીખ્યા કરે છે. બીજા દિવસે ફરી દીવાલો જેવી હતી એવી જ બની જાય છે, અને આપણે રડવા માંડીએ છીએ કે બહુ મુશ્કેલી છે કે ઘર નથી બની રહ્યું.

આ મુશ્કેલીને તમારી ભીતરે સમજવી જોઈએ અને જ્યાં સુધી તમે સમજો છો કે તે ઠીક છે, તૂટશે નહીં તો તૂટશે નહીં જ. ત્રીસ-ચાળીસ વર્ષ ન તુટી તો તમે શું કરશો? ઓફિસમાં કામ કરશો, રોજ ખાવાનું ખાશો, બે-ચાર બાળકોને જન્મ આપશો અથવા કે નહીં આપો, પતિ હશે, આ થશે, તે થશે, આ બધું થશે અને તેમને છોડીને જ્યારે જશો ત્યારે હવે એ લોકો બિચારા ડરશે કે તેમના તંતુઓ તૂટી જશે. આમ જ કરશો? કરશો?

જો આપણને થોડું પણ સમજાય જાય કે આપણે જે જીવ બચાવવાનો પ્રયત્ન કરીએ છીએ એમાં બચાવવા જેવું છે શું? તો આપણે તેને દાવ પર લગાવી શકીએ, નહીં તો આપણે તેને દાવ પર લગાવી શકીએ નહીં અને આ ખૂબ જ સ્પષ્ટપણે કહેવું જોઈએ. આપણા મનમાં સ્પષ્ટ હોવું જોઈએ કે આપણે જે કંઈપણ બચાવવા માંગીએ છીએ, એમાં બચાવવા શું છે? અને બચાવ્યા પછી પણ ક્યાં કંઈ બચે છે? જો આ સ્પષ્ટ હશે તો તમને કોઈ મુશ્કેલી નહીં પડે. તુટશે તો તુટશે. તૂટતી નથી, હજી સુધી તૂટી નથી, તો તેને તોડશો તો નવી ઘટના બનશે.

શ્વાસનો ઉપયોગ હેમર(સતત થતા પ્રહાર)ની જેમ કરવાનો છે. તેના પરિણામો છે, એક તો જેટલા બળપૂર્વક શ્વાસનો પ્રહાર ભીતરે કરવામાં આવે છે, તેટલી આપણા શરીરમાં છુપાયેલી પ્રાણશક્તિ જાગે છે. કદાચ તમે નહીં જાણતા હો કે આપણા બધાના શરીરમાં - માત્ર આપણા શરીરમાં જ નહીં, જીવનના તમામ સ્વરૂપોમાં જે ઉર્જા છુપાયેલી છે તે વિદ્યુતના રૂપમાં છે. આપણું શરીર જે શક્તિથી ચાલે છે તે પણ વિદ્યુત ઉર્જાનું એક સ્વરૂપ છે. તે ઓર્ગેનિક ઈલેક્ટ્રીસીટી છે, જેને આપણે જીવંત

વિદ્યુત કહીએ છીએ. આ વિદ્યુત જેટલો વધુ ઓક્સિજન મેળવે છે, તેટલી વધુ તીવ્રતાથી જાગે છે. તેથી, ઓક્સિજન વિના, વ્યક્તિ મૃત્યુ પામે છે અને જો મૃત્યુ પામેલા વ્યક્તિને પણ ઓક્સિજન આપી શકાય, તો આપણે તેને થોડો સમય જીવિત રાખી શકીએ છીએ.

આ દસ મિનિટમાં તમારે એટલો સખત શ્વાસ લેવાનો છે કે તમારી અંદરની બધી હવા નીકળી જાય અને બહારથી તાજી હવા અંદર આવે. તમારા શરીરમાં ઓક્સિજનનો ગુણોત્તર બદલવા નો છે. તે પોતાની મેળે બદલાય છે. પ્રહાર એટલો જોરથી આપવાનો છે કે જે શક્તિ શરીરમાં સૂઈ રહી છે તે પ્રગટ થવા લાગે.

માત્ર પાંચ મિનિટના પ્રયોગમાં, લગભગ 60 ટકા લોકોના શરીરની અંદર કંપન થવાનું શરૂ થઈ જશે. તે તમારા માટે ખૂબ જ સ્પષ્ટ થઈ જશે કે કંઈક વાઇબ્રેટ થતું જાગૃત થવા લાગ્યું છે. યોગ તેને કુંડલિની કહે છે. જો આપણે વિજ્ઞાનને પૂછીએ તો તે તેને શરીરની વિદ્યુત કહેશે. તે કહેશે, તે શરીરની વિદ્યુત છે.

માત્ર પાંચ મિનિટ પછી, તમારા શરીરની અંદર કંઈક વાઇબ્રેટ થતું અને વધતું દેખાવા લાગશે. શરીર નવી શક્તિથી ભરેલું જણાય છે. પડવા લાગશે. દસ મિનિટના સંપૂર્ણ ઉપયોગ પછી, તમે ઇલેક્ટ્રિફાઇડ સ્થિતિમાં હશો. આખું શરીર વીજળીનો પ્રવાહ બની જશે. સ્વાભાવિક રીતે તેના પરિણામો આવશે. જ્યારે શરીરમાં તીવ્ર કંપન થાય છે, ત્યારે શરીર ડોલવા લાગશે, ધ્રુજવા લાગશે અને નાચવા લાગશે.

હું જે શ્વાસની વાત કરી રહ્યો છું તે એકદમ બિન-લયબદ્ધ, બિન-પદ્ધતિગત છે અને તમે ગઈકાલની જેમ આજે પણ નહીં કરી શકો, કારણ કે તેના માટે કોઈ પદ્ધતિ નથી. તમે ગઈકાલે જે રીતે કર્યું હતું તે આજે તમે કરી શકતા નથી; હમણાં શરૂ જે રીતે કર્યું તે જ રીતે અંત સુધી પણ ન કરી શકાય. તે જે રીતે હશે અને માત્ર એક જ વિચાર છે કે તે તમારા મનની કન્ડિશનિંગ છે તે ઢીલી પડી જવી જોઈએ.

તો મારી પોતાની સમજ એ છે કે વહેલા કે મોડા, હું જે કહું છું તે એક મહાન ઉપચાર સાબિત થશે અને વહેલા કે મોડા, તે પાગલના ઇલાજ માટે એક આવશ્યક માર્ગ બની જશે અને જો આપણે દરેક બાળકને શાળામાં શીખવી શકીએ તો તો થઈ ગયું, આપણે તે બાળક પાગલ ન થાય તેની વ્યવસ્થા કરી આપી કહેવાય. તે ક્યારેય પાગલ નહીં થાય. તે ઈમ્યૂન (રોગપ્રતિકારક) થઈ જશે એક અને તે આ બધી પરિસ્થિતિઓનો માલિક બની જશે.

-ઓશો

જેણે જેટલું શોધ્યું, તેને તેટલું મળ્યું.

આ અસ્તવ્યસ્ત શ્વાસ તમારા ભૂતકાળની તમામ રચનાઓને તોડી નાખશે. તમે બનાવેલી સિસ્ટમનો નાશ કરવો પડશે. આ શ્વાસ તમારી અંદર ખલેલ પહોંચાડે છે અને તે તમારી અંદર અરાજકતા પેદા કરે છે. જ્યાં સુધી બધું અસ્તવ્યસ્ત નહીં થાય ત્યાં સુધી તમારી દબાયેલી લાગણીઓ બહાર આવશે નહીં. એ લાગણીઓ હવે શરીરમાં પ્રવેશી ચૂકી છે.

અસ્તવ્યસ્ત શ્વાસની દસ મિનિટ ઉત્તમ છે, પરંતુ તેને પ્રાણાયામ ન બનાવતા. આ કોઈ યોગની ક્રિયા નથી. આ શ્વાસ માત્ર અંદર અરાજકતા પેદા કરે છે અને તે અરાજકતા શા માટે સર્જે છે તેના ઘણા કારણો છે.

ઝડપી અને ઊંડા શ્વાસ લેવાથી તમને વધુ ઓક્સિજન મળે છે. શરીરમાં જેટલો ઓક્સિજન હશે, તેટલા તમે પ્રાણીની જેમ જીવંત બનો છો. પ્રાણીઓ જીવંત છે અને માણસો અડધા મૃત, અડધા જીવંત છે. તમને ફરીથી પ્રાણી બનાવવાના છે. તો જ તમારામાં કંઈક સારું જન્મી શકે છે. તમે જૂઠાં છો. જો તમે માત્ર અડધા જ જીવંત છો, તો તમારી સાથે કંઈ થઈ શકશે નહીં.

તો આ અસ્તવ્યસ્ત શ્વાસ તમને પ્રાણી જેવો, જીવંત, ઉત્સાહી, શક્તિશાળી બનાવશે. વધુ ઓક્સિજન તમારા લોહીમાં પ્રવેશ કરશે. સ્નાયુઓમાં વધુ રક્ત પરિભ્રમણ થશે. તમારા શરીરના સ્નાયુઓ વધુ ગતિશીલ બનશે. પ્રાણવાયુ શરીરમાં સહજ વિદ્યુત શક્તિ ઉત્પન્ન કરે છે. આપણે તેને બાયોએનર્જી પણ કહી શકીએ. જ્યારે શરીરમાં વિદ્યુત ઉત્પન્ન થાય છે, તો તેના આધારે તમે તમારી ભીતરે વધુ ઊંડા ઉતરી શકો છો - પાર જઈ છો.

કારણ કે તે વિદ્યુત તમારી અંદર કામ કરે છે. જેમ તમે અત્યારે છો, તમે સંપૂર્ણપણે મૃત કે અડધા મૃત છો. સંપૂર્ણ રીતે મરી જવું વધુ સારું છે. સંપૂર્ણ કંઈપણ સારું છે, પરંતુ અપૂર્ણતા સારી નથી.

શરીરના પોતાના વિદ્યુત સ્ત્રોતો છે. જો તમે વધુ શ્વાસ લઈ વધુ ઓક્સિજન વડે પ્રહાર કરશો, તો તે વહેવા લાગે છે અને જો તમે ખરેખર જીવંત બનો છો, તો તમે અશરીરી બની જશો. જ્યારે તમે જીવંત હોવ છો ત્યારે તમે તમારી જાતને ઊર્જા તરીકે અનુભવો છો, પદાર્થ તરીકે નહીં. અત્યારે તમે અડધા મરી ગયા છો એટલે તમને શરીર એક બોજ જેવું લાગે છે. તમારો અડધો મૃત ભાગ બોજ બની જાય છે અને ગુરુત્વાકર્ષણ દ્વારા નીચે તરફ ખેંચાય છે. જો તમે ઉપરની દિશામાં મુસાફરી કરવા માંગતા હો, તો તમારી જાતને ઊર્જા તરીકે અનુભવવી ખૂબ જ મહત્વપૂર્ણ છે.

પ્રથમ ચરણ,આમંત્રણમાં ભસ્ત્રિકાનો ઉપયોગ દસ મિનિટ માટે કરવાનો છે જેમાં ઝડપી શ્વાસ લેવાનો હોય છે, ફાસ્ટ બ્રીધીંગનો પ્રયોગ

કરવાનો હોય છે. પ્રથમ પગલું એ છે કે તમે દસ મિનિટ સુધી શક્ય તેટલી તીવ્રતાથી શ્વાસ લો અને બહાર કાઢો. અવ્યવસ્થિત, કોઈપણ પ્રકારની વ્યવસ્થા વિના. જેમ લુહારની ભઠ્ઠી કામ કરે છે તેમ.

અવ્યવસ્થિત કારણ કે શ્વાસ જેટલો વધુ અવ્યવસ્થિત હશે, જેટલી અરાજક હશે, તેટલો તમારા મનની દિનચર્યાને તોડવામાં વધુ મદદ કરે છે. તમે દરરોજ કરો છો તે જ રીતે શ્વાસ લેવાનું ચાલુ રાખીને તમારા ચિતને બદલવાનો કોઈ રસ્તો નથી. તમારા શ્વાસને બદલવા જ પડશે. તો જ તમારા આંતરિક મનમાં પરિવર્તનની શક્યતા ઊભી થાય છે. શ્વાસની તીવ્રતા પર જ ધ્યાન આપવું જોઈએ. તે એટલા જોરથી લો અને છોડો, દસ મિનિટ માટે કે જેથી તમે ભૂલી જાઓ કે બીજું કંઈ બાકી છે, માત્ર શ્વાસ બાકી છે. બધી ઉર્જા શ્વાસ પર કેન્દ્રિત થવી જોઈએ.

આના ત્રણ પરિણામો આવશે. પહેલું પરિણામ એ આવશે કે ધીમે ધીમે તમારા શરીરનો બોધ ભૂલાઈ જશે અને માત્ર પ્રાણની અનુભૂતિ રહેશે, શ્વાસની અનુભૂતિ રહી જશે. આ આંતરિક યાત્રાનો પ્રથમ તબક્કો છે. બીજું પરિણામ એ આવશે કે આખા શરીરમાં વિદ્યુત દોડવા લાગશે. આખું શરીર ધ્રૂજવા લાગશે અને આખા શરીરમાં વિદ્યુત કંપન ગુંજવા લાગશે. વિદ્યુત સ્પંદનો શરીરમાં ગુંજવા માટે ખૂબ જ મહત્વપૂર્ણ છે, આ વિના ભીતરે પ્રવેશી શકાતું નથી. આપણી પાસે જેટલી શક્તિ છે. જો તે સંપૂર્ણ જાગૃત થાય તો જ છલાંગ લગાવી શકાય છે.

અને ત્રીજું પરિણામ એ આવશે કે તમે કુંડલિની શબ્દ સાંભળ્યો હશે, જેવી તમારા શરીરમાં વિદ્યુત દોડવા લાગશે, તમારી કરોડરજ્જુ પર પણ ખૂબ જ તીવ્ર સ્પંદનો શરૂ થશે, કંઈક એવું કરોડરજ્જુ ઉગવા લાગશે, જાણે નીચેથી કંઈક ઉપરની તરફ યાત્રા પર નીકળ્યું હોય.

જો તમે પહેલો પ્રયોગ કર્યો હોય તો આ ત્રણ પરિણામો પ્રથમ પ્રયોગમાં આવતા જ રહે છે. આમાં ફક્ત તમારા કાર્યનો પ્રશ્ન છે. જો કરવામાં ન આવે તો વસ્તુઓ બનતી નથી, જો કરવામાં આવે તો તે થાય છે. બને તેટલો ઝડપી શ્વાસ લો, પહેલી દસ મિનિટમાં તમારી બધી શક્તિનો ઉપયોગ કરો અને જો પહેલો તબક્કો સાચો હશે તો જ બીજો તબક્કો શક્ય બનશે, નહીં તો શક્ય નહીં બને.

નોંધઃ રાત્રે સૂતા પહેલા નાકમાં બદામનું તેલ અથવા બદામના તેલના બે ટીપા નાખો. આ સવારે ઊંડા અને ઝડપી શ્વાસ લેવામાં મદદ કરશે અને શુષ્કતાને પણ અટકાવશે.

બીજો તબક્કો

દસ મિનિટ પછી સંગીત બદલાશે, બીજો તબક્કો દસ મિનિટ માટે રેચનનો હશે. પ્રથમ તબક્કામાં જે ઉર્જા જાગૃત થઈ છે તે રેચનમાં મદદ કરશે. શરૂઆતમાં આટલી ઉર્જા જાગૃત ન થઈ હોય ત્યારે શરીર અને મનના રેચનમાં આપણે મદદ કરીશું. રેચન એટલે શરીર અને મન જે પણ કરવા માંગે, હસે, બૂમો પાડે, ગુસ્સો કરે, અપશબ્દો બોલે, જે ઈચ્છે તે કરવા દો, શરૂઆતમાં આપણે ગમે તે કરીશું. ભલે કંઈ ન થાય, પણ સ્થિર ન રહો, તમારા હાથ અને પગને હલાવતા રહો, અન્યને અવરોધશો નહીં. તમારી કલ્પનામાં બધું કરો. આપણે જે કંઈ પણ અચેતન માં દબાવી રાખ્યું છે, રડવું, હસવું, ગુસ્સો, અપમાનજનક લાગણીઓ વગેરે બધું બહાર આવવા દો. સંપૂર્ણપણે સભાનપણે પાગલ થાઓ. શરૂઆતમાં આપણે ખચકાટ અનુભવીશું, આપણે તે સંપૂર્ણ રીતે કરી શકીશું નહીં, ચિંતા કરશો નહીં, જો આપણે તે જૂથમાં કરીશું તો તે સરળ રહેશે. જૂથમાં થોડા દિવસો કર્યા પછી, તમે તેને સરળતાથી એકલા કરી શકો છો. શરીર અને મનને દસ મિનિટ માટે સંયમિત ન રાખતા, સંપૂર્ણ સ્વતંત્રતા આપવી પડશે.

ઓશોનો ઉપદેશ

સામાન્ય રીતે આપણે રોકીએ છીએ. આપણને જીવનભર બધું અટકાવવાની ટેવ છે. આપણે હસીએ તો પણ હળવેથી હસીએ, મોટેથી નહીં. જો આપણને રડવાનું મન થાય તો પણ આપણે તેને કાબૂમાં રાખીએ છીએ, કારણ કે રડવું યોગ્ય નથી. નાચવાનો પ્રશ્ન જ નથી, કૂદવાનો પ્રશ્ન જ નથી, હાથ-પગ હલાવવાનો પ્રશ્ન જ નથી, એટલે કે આપણે જીવનમાં બધું જ બંધ કરી દીધું છે.

જ્યારે તમારી અંદરની શક્તિ જાગે છે, ત્યારે તમારી અંદર જે પણ અટકેલું છે તે પ્રગટ થવા માંગશે. જો તમે ઇચ્છો તો તમે તેને રોકી શકો છો, પરંતુ તેને રોકવાથી ભયંકર નુકસાન થશે, કારણ કે જે શક્તિ જાગી

છે તેને જો તમે રોકશો તો તે તમારા માટે શારીરિક રીતે હાનિકારક સાબિત થશે. તેની જવાબદારી મારા પર રહેશે નહીં. ધ્યાનનો પ્રયોગ ચોક્કસપણે નિરર્થક જશે.તેનાથી નુકસાન પણ થવા લાગશે. જે બહાર આવવા માંગે છે, જો તમે તે શક્તિને રોકશો, તો શરીરમાં ગ્રંથીઓ અને ગાંઠો બનશે.

જેવી પ્રથમ તબક્કા પછી શક્તિ વધશે, એ પછી તમારું શરીર જે પણ કરવા માંગે છે તેને સંપૂર્ણ સમર્થન આપજો. કોઈ નાચવા લાગશે, કોઈ બૂમો પાડવા માંડશે, કોઈ રડવા લાગશે, કોઈ હસવા લાગશે, કોઈ અસ્તવ્યસ્ત મુદ્રાઓ કરવા લાગશે, કોઈ આસનો કરવા લાગશે. શરીર ગમે તે કરવા માંગે, આપણે તેને સંપૂર્ણપણે છોડી દેવું પડશે જાણે આપણને તેની કોઈ જરૂર નથી, આપણે ફક્ત તેને ટેકો આપવા માંગીએ છીએ. ટેકો એટલો તીવ્રતાથી આપવો પડે છે કે જો હાથ ધ્રૂજતો હોય તો સંપૂર્ણ રીતે ટેકો આપવો જોઈએ જેથી તે સંપૂર્ણપણે હલી શકે. રોકવામાં નુકસાન છે, સમર્થનમાં જબરદસ્ત ફાયદા છે.

જો તમે પૂરો સહકાર આપશો, તો તમારા શરીરના ઘણા અજાણ્યા રોગો જે તમારી પાછળ છુપાયેલા છે તે અચાનક દૂર થઈ શકે છે. તમે અચાનક જ જોઈ શકશો કે તમારું મન હળવું થઈ ગયું છે અને તમારા મનની આસપાસના બધા અજાણ્યા રોગો - ક્રોધ, વાસના, લોભ - ધોવાઈ ગયા છે. દુ:ખ, વિષાદ, પીડા, વૈમનસ્ય, ઈર્ષ્યા, એ બધું જ દૂર થઈ જાય છે. જો તમે તમારા શરીરને સંપૂર્ણ રીતે રમવાનો મોકો આપશો, તો માત્ર તમારા શરીરને જ નહીં પરંતુ તમારા મનનું પણ કેથાર્સિસ થાય છે, રેચન થાય છે.

દસ મિનિટનો સૌથી મોટો ફાયદો એ છે કે શરીરનું રેચન થઈ જશે. તે પછી જ આપણે ધ્યાન માં પ્રવેશી શકીએ છીએ.જેમ કોઈ પર્વત પર ચડતું હોય તો તે બધો ભાર નીચે છોડી દે છે, જો બોજ તેની સાથે હોય તો પર્વત પર ચડવું અશક્ય છે. જેમ જેમ ઊંચાઈ વધે છે તેમ તેમ બોજ છોડવો પડે છે. ધ્યાનની ઉંચાઈઓ અને ઊંડાણો છે. ત્યાં જવા માટે બધો ભાર છોડી દેવો બહુ જરૂરી છે. તેથી, જેઓ ખચકાટ અનુભવે છે તેઓનો સમય વેડફાશે. જે લોકો શિષ્ટાચાર પર ધ્યાન આપે છે, તેમનો સમય બરબાદ થશે એટલું જ નહીં, પરંતુ જો પ્રથમ પગલું પૂર્ણ કર્યું છે તેનું- હકારાત્મક નુકસાન, તો તેને ચોક્કસપણે નુકસાન થશે.

બધા પોતપોતાના કામમાં વ્યસ્ત હશે, કોઈ કોઈની પરવા કરશે નહીં, કોઈ કોઈની તરફ જોશે નહીં, કોઈને જોવાનો કોઈ અર્થ નથી. ઘણા મિત્રોને એવો અનુભવ થશે કે તેમનું શરીર ખૂબ જ ઝડપથી હલકું થઈ રહ્યું છે અને કપડાંનો નાનો ટુકડો પણ પહાડ જેવો, પથ્થર જેવો ભારે

લાગશે. મહાવીર ગાંડા નહોતા કે તે નગ્ન થઈ ગયા. નગ્ન થવાનું એક કારણ છે, એવા બીજા સેંકડો લોકો છે જેઓ એ ધ્યાનનો ઉપયોગ કરીને નગ્ન થયા છે, એનું પણ એક કારણ છે.એવું નથી કે તમારા માટે નગ્નતા અનિવાર્ય બની જશે. એકવાર દબાયેલું મન હળવું થઈ જશે તો તમે પાછા આવશો. આ દુનિયામાં વધુ સ્વચ્છ અને સુઘડ બની શકશો.

બીજા પગલા પર ધ્યાન આપવું ખૂબ જ મહત્વપૂર્ણ છે, કારણ કે તે સૌથી મહત્વપૂર્ણ છે. તે કડી ત્રીજામાં પ્રવેશવા માટે પુલ તરીકે કામ કરે છે અને તે આ બીજા ચરણમાં જ છે જે સૌથી વધુ અડચણોનો સામનો કરે છે. ન તો તમે મુક્તપણે નૃત્ય કરી શકો છો, ન તમે બૂમો પાડી શકો છો, ન તમે રડી શકો છો, ન તમે હલનચલન કરી શકો છો. જેના કારણે અવરોધ ઊભો થાય છે. કોણ જાણે મનમાંથી શું નીકળવા માંડે છે. પ્રાણીઓ જેવા અવાજો બહાર આવવા લાગે છે, તમને ડર લાગશે કે હું તેમને કેવી રીતે બહાર કાઢું? તેને નીકળવા દો. જે પણ થઈ રહ્યું છે, તેને સ્વીકારો અને તેને સંપૂર્ણ સમર્થન આપો. જો તમે સંપૂર્ણ સહયોગ આપી શકો તો પરિણામ નિશ્ચિત છે. આશ્ચર્યજનક પરિણામો આવશે, જેની તમે કલ્પના પણ નહીં કરી શકો.

જો બીજો તબક્કો પૂરો થશે તો આપણે ત્રીજા તબક્કામાં પ્રવેશી શકીશું એટલે બીજા તબક્કામાં આપણે અટકીશું નહીં. બીજા પર અટકી જવું એ પહેલા કરતા વધુ નુકસાનકારક છે, કારણ કે એકવાર શરીર કાર્ય કરવાનું શરૂ કરે છે, તમે અમુક પ્રકારના નવા રોગો અને નવી માનસિક વિકૃતિઓને આમંત્રણ આપી બેસશો. દરેક વસ્તુમાં તેટલું જ નુકસાન હોય છે જેટલો ફાયદો હોય છે. તેનું પ્રમાણ સમાન હોય છે. જો તમે ફાયદો લો તો પૂરો લઈ લો નહીં તો નુકસાનનો સામનો કરવો પડશે અથવા બિલકુલ કરો જ નહીં. જ્યાં છો , ત્યાં જ વધુ સારા છે. જો તમારે કંઈક કરવું જ હોય તો તેને પૂરું સમજી ને કરો અને પૂરેપૂરો પ્રયોગ કરો જેથી કોઈને નુકસાન ન થાય.

જ્યારે બીજા તબક્કામાં સંપૂર્ણ હલનચલન શરૂ થાય છે, ત્યારે તમે તમારા શરીરમાં અલગ અનુભવ કરવાનું શરૂ કરશો. બીજા તબક્કાનો આ મૂલ્યવાન અનુભવ છે. જ્યારે શરીર નાચવા લાગે, બૂમો પાડવા લાગે, બડબડાટ કરે, કંઈપણ બોલે, રડતું હોય, હસવા લાગે, ત્યારે તમને પહેલીવાર ખબર પડે છે કે તમે એક બાજુ ઊભા રહીને જોઈ રહ્યા છો... આ શરીર શું કરી રહ્યું છે. આ તમારો ભિન્ન હોવાનો પહેલો અનુભવ હશે કે હું સાક્ષી છું અને તે રડી રહ્યો છે.

આપણે ઘણી વાર સાંભળ્યું છે કે હું અલગ છું અને આ શરીર અલગ છે. આ સાંભળેલી વાત છે. આ બીજા તબક્કાનું પરિણામ છે, કે આપણે

અનુભવ કરીશું કે હું અલગ છું અને શરીર અલગ છે, જેવો આ અનુભવ થયો કે - ત્રીજા તબક્કામાં, આપણે આગળ વધીશું.

સ્થૂળ શરીરથી રેચન કરવું સરળ છે.

મારી દૃષ્ટિએ તો આનાથી ઊલટી વાત છે અને મારી દૃષ્ટિ એ છે કે પાગલ અને આપણામાં કોઈ મૂળભૂત તફાવત નથી. આપણે બધા દબાયેલા પાગલ છીએ અથવા એમ કહેવું જોઈએ કે આપણે થોડા સામાન્ય પ્રકારના પાગલ છીએ અથવા એમ કહેવું જોઈએ કે આપણે સરેરાશ પાગલ છીએ. આપણો બધા ગાંડાઓ સાથે તાલ બેસી ગયો છે. આપણી વચ્ચે જે પાગલ લોકો થોડાક આગળ જાય છે તે કોઈ મુશ્કેલીમાં આવી જાય છે. પરંતુ આપણા બધાની અંદર ગાંડપણ તો હોય છે અને આપણે બધાએ ગાંડપણમાં પણ પોતાનો રસ્તો શોધવો પડશે.

જ્યારે તમે ગુસ્સે થાવ છો ત્યારે એક અર્થમાં તમે ક્ષણિક ગાંડપણ કરો છો. તે સમયે તમે એવી વસ્તુઓ કરો છો જે તમે સભાનપણે ક્યારેય ન કર્યું હોય. તમે પથ્થર ફેંકો. તમે સામગ્રી તોડી નાંખો. તમે છત પરથી કૂદી શકો છો, તમે કંઈપણ કરી શકો છો. જો કોઈ પાગલ આવું કરે, તો આપણે સમજી શકીએ, પરંતુ જો કોઈ વ્યક્તિ ગુસ્સામાં આવું કરે, તો આપણે કહીએ છીએ કે તે ગુસ્સામાં હતો, પણ હતો તો એ જ ને? જો આ વસ્તુઓ તેની અંદર ન હોત તો તે આવી શકી ન હોત, તે તેની અંદર છે, પરંતુ આપણે આ આવું ઘણું બધું સંભાળી લઈએ છીએ.

મારી પોતાની સમજ એ છે કે ધ્યાન કરતા પહેલા આ બધામાંથી છૂટકારો મેળવવો જરૂરી છે. આ બધું જેટલું દૂર કરવામાં આવશે, તેટલું જ તમારું મન હળવું થશે અને તેથી સાધનાની જૂની પ્રક્રિયા, જેમાં તમે સિદ્ધાસનમાં બેસતા હતા, જે કામમાં વર્ષો લાગે છે, એ આ પ્રક્રિયામાં મહિનાઓમાં પૂર્ણ થશે. જીવનભર જે લીધું હશે તે દિવસોમાં પરિપૂર્ણ કરી શકાય છે. કારણ કે નિકાલ કરવાની ક્રિયા તે પ્રક્રિયામાં પણ કરવાની હતી, એ આ પ્રક્રિયામાં પણ કરવાની છે, પરંતુ તે પ્રક્રિયામાં ભૌતિક શરીરનું હલનચલન બંધ કરીને કરવાનું હતું, એથરિક, અલૌકિક બોડી દ્વારા કરવાનું હતું.

હવે એ જુદી વાત છે, કરવ તો પડતું, રડવું તો પડતું . જો કે, જો રડવું અંદર હોય તો બહાર આવવું જરૂરી છે, જો હસવું અંદર હોય તો બહાર આવવું પણ જરૂરી છે અને જો બૂમો પાડવાની ઈચ્છા હોય તો તે પણ બહાર આવવી જોઈએ, પરંતુ જો તમે ભૌતિક શરીરનો ઊંડો અભ્યાસ કર્યો હોય અને તમે તેને કલાકો સુધી સ્થિર રાખી શકો, તો પછી તમે આ બધાને અલૌકિક બોડીમાંથી બહાર કાઢી શકો છો, તેને તમારા

બીજા શરીરમાંથી બહાર કાઢી શકાય છે. પછી કોઈ તેને જોશે નહીં, ફક્ત તમને જ દેખાશે. જાણે તમને સમાજ સામે એક પ્રકારની સુરક્ષા મળી ગઈ. હવે કોઈ જાણતું નથી કે તમે નાચી રહ્યા છો અને અંદર તમે નાચી રહ્યા છો. આ નૃત્ય એવું હશે કે જાણે તમે સ્વપ્નમાં નૃત્ય કરો છો, તમારું ભીતર નાચશે, તમારું ભીતર રડશે, તમારું ભીતર હસશે, પરંતુ તમારું ભૌતિક શરીર તેના વિશે કોઈ માહિતી આપશે નહીં, તે ગતિહીન બેઠું રહેશે, તેના પર કોઈ વાઈબ્રેશન આવશે નહીં.

ભૌતિક શરીર પરના દમનને કારણે ગાંડપણની શક્યતા

મારી પોતાની માન્યતા છે કે આટલી નાની વાત માટે આટલી તકલીફ લેવી એ બેઈમાની છે અને વ્યક્તિને વર્ષો સુધી આસનો કરાવવાનો અને પછી તેને ધ્યાન પર લઈ જવાનો કોઈ અર્થ નથી. અન્ય શક્યતાઓ પણ છે. એવી ઘણી સંભાવના છે કે જો ભૌતિક શરીરમાં ખૂબ જ ગહન સંવેદન(સેંટ) હોય, તો જો તે વ્યક્તિ તેના ભૌતિક શરીરને દબાવી દે, તો શક્ય છે કે ઇથરિક બોડી પણ વાઇબ્રેટ ન થાય અને તે મૃત શરીરની જેમ જ બેસી રહે અને તે અવસ્થામાં ભીતરે તો કોઈ ઊંડી પ્રક્રિયા ન થાય, ફક્ત બહારથી બેસવાની પ્રેક્ટિસ થાય. એવી સ્થિતિમાં તે કોઈપણ સમયે પાગલ થઈ શકે એવા ચિંતા પણ રહે, કારણ કે બધી હિલચાલ બંધ થઈ જતી હોવાથી, બધું દબાણ, દમન એક સાથે વધતું રહે છે,

જૂનાં સમયમાં સાધકને ઘણી વખત ગાંડો થતો જોવામાં આવતો હતો, તેની અંદર ઉન્માદ જાગતો હતો. જો કોઈ પાગલ વ્યક્તિ, હું વર્ણવી રહ્યો છું તે પ્રક્રિયાને અનુસરે તો તે પણ એક કે બે મહિનામાં ગાંડપણમાંથી બહાર આવી શકે છે. આ પ્રક્રિયામાં એક સામાન્ય માણસ ક્યારેય પાગલ ન થઈ શકે, કારણ કે આપણે ગાંડપણને દબાવવાનો પ્રયાસ નથી કરી રહ્યા, આપણે તેને કાઢી નાખવાનો પ્રયાસ કરી રહ્યા છીએ. જૂની વિધિએ હજારો લોકોને પાગલ બનાવ્યા છે. આપણે તેને સારા નામો આપતા - ક્યારેક આપણે તેને ઉન્માદ, ક્યારેક હર્ષોન્માદ, ક્યારેક એક્સ્ટસી કહેતા. આપણે કોઈ પણ નામ આપતા, આપણે કહેતા, માણસ પાગલ થઈ ગયો, તે ઓલિયો થઈ ગયો, આ થયું, તે થયું, પણ તે ગાંડો થઈ ગયો, તેણે કંઈક એવી ખરાબ રીતે દબાવી દીધું કે તે તેના નિયંત્રણની બહાર જતું રહ્યું.

આ પ્રક્રિયામાં પ્રથમ કાર્ય રેચન છે.

આ પ્રક્રિયામાં કામ બેવડું છે. આમાં પહેલું કામ રેચનનું છે. આમાં પહેલું કામ એ છે કે તમારી અંદર દટાયેલો કચરો બહાર કાઢવો, બહાર

ફેંકવો.એમ કહી દઈએ કે પહેલા તમે હળવા બનો, તમે એટલા હળવાફૂલ બનો કે તમારી અંદરની ગાંડપણની બધી શક્યતાઓ ઓછી થઈ જાય, પછી તમે અંદર પ્રવાસ કરો.

તો આ પ્રક્રિયામાં, જેમાં દેખીતું ગાંડપણ દેખાય છે, તે ખૂબ જ ઊંડા ગાંડપણમાંથી મુક્તિની પ્રક્રિયા છે અને મને ગમે છે કે જે આપણી અંદર છે તે બહાર આવે છે. તેનો બોજ, તેનો તણાવ, તેની ચિંતાઓ દૂર થવી જોઈએ.

અને આ એક ખૂબ જ રસપ્રદ વાત છે, જો ગાંડપણ તમારા પર આપમેળે આવે, તો તમે તેના માલિક નથી, પરંતુ તમે હંમેશા તે ગાંડપણના માલિક છો જેને તમે પોતે લાવ્યા છો, અને એકવાર તમને ગાંડપણની માલિકી વિશે ખબર પડી જશે, પછી તે ગાંડપણ જે આપમેળે આવતું અને તમારુ માલિક બની જતું એ કદી નહીં આવે.

હવે માણસ નાચતો હોય, ગાતો હોય, રડતો હોય, હસતો હોય - પાગલ વ્યક્તિ જે કરે તે બધું જ કરે છે, પણ ફરક માત્ર એટલો જ છે કે આ બધું પાગલ વ્યક્તિ સાથે આ બધું થાય છે, તે પોતે કરી રહ્યો છે, તેના સહકાર વિના આ બધું થતું નથી. તે એકાદ સેકન્ડમાં ઇચ્છે તો તે બધું અટકી જાય. હવે ગાંડપણ તેના ઉપર ક્યારેય આવી શકે નહીં, કારણ કે તે ગાંડપણ ને જીવ્યો છે, ગાંડપણને જોયું છે અને પરિચિત બન્યો છે. તે સ્વૈચ્છિક વસ્તુ બની ગઈ. પાગલ થવું પણ તેની સ્વતંત્ર ઇચ્છા હેઠળ આવ્યું. આપણી સભ્યતાએ આપણને જે કંઈ શીખવ્યું છે, એમાં ગાંડપણ એ આપણી ઈચ્છા બહાર જતું રહ્યું છે, તે બિન-સ્વૈચ્છિક છે, તેથી જ્યારે તે આવે ત્યારે આપણે કંઈ કરી શકતા નથી.

ધ્યાન દ્વારા આવનારી સભ્યતાનું ગાંડપણ દૂર કરવું જરૂરી છે.

તેથી હું આ પ્રક્રિયાને આવનારી સંસ્કૃતિ માટે ખૂબ મૂલ્યવાન માનું છું, કારણ કે સમગ્ર આવનારી સંસ્કૃતિ દરરોજ ગાંડપણ તરફ આગળ વધી રહી છે અને દરેક વ્યક્તિને ગાંડપણમાંથી બહાર નીકળવાની જરૂર છે અને તેનો કોઈ ઉકેલ નથી. જો તે ધ્યાન માટે એક કલાક કાઢે છે, તો લોકો ધીમે ધીમે તેની સાથે સંમત થાય છે. તેઓ જાણે છે કે તે ધ્યાન કરી રહ્યો છે. જો તે તેને રસ્તા પર લઈ જશે તો પોલીસ તેને પકડીને લઈ જશે. જો કોઈ તેને ગુસ્સામાં છોડી દે તો સંબંધ બગડે છે અને કદરૂપો બની જાય છે. તે કોઈની સાથે લડાઈમાં તેને બહાર કાઢે છે... તેને બહાર કાઢવો પડશે, નહીં તો તે મુશ્કેલીમાં આવશે. વસ્તુઓ શોધવાનું ચાલુ રાખશે, યુક્તિઓ શોધવાનું ચાલુ રાખશે - ક્યારેક દારૂ પીધા પછી તે બહાર કાઢશે, ક્યારેક તેને મરોડીને બહાર કાઢશે, પણ આટલી તકલીફ શા માટે લેવી?

હવે ટ્વિસ્ટ હોય કે અન્ય પ્રકારના ડાન્સ હોય, તે બધા આકસ્મિક નથી. માનવ શરીર અંદરથી ખસેડવા માંગે છે જ્યારે આપણી પાસે હલનચલન માટે કોઈ જગ્યા નથી, તે ગોઠવણ કરે છે. પછી વ્યવસ્થામાં વધુ ફાંસો બનાવવામાં આવે છે. જો તમે તેને કોઈપણ વ્યવસ્થા વગર બહાર કાઢો છો, તો પછી ધ્યાન કોઈપણ ગોઠવણ વિના બહાર કાઢવું પડશે. અમે કોઈ વ્યવસ્થા કરી રહ્યા નથી, અમે તેને બહાર લઈ જઈ રહ્યા છીએ અને અમે માનીએ છીએ કે તે અંદર છે અને બહાર આવવું જોઈએ.

જો આપણે દરેક બાળકને શિક્ષણની સાથે કેથેર્સિસ શીખવી શકીએ, તો વિશ્વમાં પાગલ લોકોની સંખ્યા સંપૂર્ણપણે ઘટાડી શકાય છે. ગાંડપણની સમસ્યાને દૂર કરી શકાય છે, પરંતુ તે દરરોજ વધી રહી છે અને જેમ જેમ સભ્યતા વધશે તેમ વધશે. કારણ કે સંસ્કૃતિ માત્ર એટલું જ શીખવશે! સંસ્કૃતિ આપણને ન તો મોટેથી હસવા દે છે, ન તો મોટેથી રડવા દે છે, ન નાચવા દેતી નથી કે બૂમો પાડવા દે છે. સંસ્કૃતિ ચારે બાજુથી દબાણ લાવે છે અને તમારી અંદર જે કંઈ હોવું જોઈએ તે અટકે છે, અટકે છે અને પછી ફૂટે છે, અને જ્યારે તે ફૂટે છે, તે તમારા નિયંત્રણની બહાર છે.

તેથી કેથાર્સિસ આનો પહેલો ભાગ છે, જેમાં તેને બહાર કાઢવો પડશે. તેથી જ હું શરીરના ઊભા રહેવાની તરફેણમાં છું, કારણ કે પછી તમે શરીરની સહેજ હલનચલનથી પણ પરિચિત હશો અને તમે હલનચલન કરી શકશો, તમે સંપૂર્ણપણે મુક્ત થઈ શકશો. તેથી, હું સાધકની તરફેણમાં છું કે જ્યારે તે તેના રૂમમાં પ્રયોગ કરે છે, ત્યારે તેણે રૂમને બંધ રાખવો જોઈએ, માત્ર ઊભા જ નહીં, પણ નગ્ન પણ રહેવું જોઈએ, કારણ કે કપડાં પણ તેને રોકે નહીં. તેણે ખસેડવા માટે દરેક રીતે મુક્ત હોવું જોઈએ. જો થોડી પણ હિલચાલ હોય અને તેના સમગ્ર વ્યક્તિત્વમાં કોઈ અવરોધ ન હોય જે તેને રોકી રહ્યું હોય, તો ધ્યાનની ગતિ ખૂબ જ ઝડપથી થશે અને હઠયોગ અને અન્ય યોગોએ જન્મો અને વર્ષોમાં જે કર્યું છે તે આ ધ્યાન દ્વારા કરી શકાય છે. પ્રયોગો સાથે તે દિવસોમાં થઈ શકે છે.

બીજા તબક્કામાં મનો ગ્રંથીઓનું નિમજ્જન

બીજા પગલામાં હું તમને શરીર છોડવા માટે કહું છું. શ્વાસ ઊંડો રહેશે. હું તમને શરીર છોડવા માટે કહું છું કારણ કે તેની ઘણી અસરો છે, હું તમારી સાથે બે-ત્રણ વિશે વાત કરીશ. પહેલી વાત તો એ છે કે તમે તમારા શરીરમાં હજારો તણાવો જમા કરી દીધા છે, જેની તમને જાણ પણ નથી. સભ્યતાએ આપણને એટલા અસ્વસ્થ બનાવી દીધા

છે કે જ્યારે તમે કોઈ પર ગુસ્સો કરો છો ત્યારે પણ તમે હસતા જ રહો છો. શરીરને કંઈ ખબર પડતી નથી, શરીર તમને ફક્ત તેની ગરદન દબાવવાનું કહે છે, તમારી મુઠ્ઠીઓ ચોંટી ગઈ છે, પણ તમે હસતા રહો છો, જો તમે તમારી મુઠ્ઠી ન પકડો તો શરીરની ચેતા જે તમારી મુઠ્ઠી દબાવવા તૈયાર હતી. , ભારે મુશ્કેલીમાં આવી હશે. શું થઈ રહ્યું છે તેનો તેમને ખ્યાલ પણ નથી. મુઠ્ઠીઓ બનાવવી જોઈએ. હવે જે લોકો ગુસ્સાના સંબંધને ખૂબ ઊંડાણથી સમજે છે તેઓ કહેશે, હું તમને કહીશ, જો તમે ગુસ્સે થાવ, તો ખોટું હસવાને બદલે, પાંચ મિનિટ માટે તમારી મુઠ્ઠીઓ જબરદસ્તીથી દબાવો અને તેને છોડો અને પછી તમે હસશો અલગ હશે.

શરીરને ખ્યાલ નથી કે માણસ સંસ્કારી બની ગયો છે. શરીરના તમામ કાર્યો સંપૂર્ણપણે યાંત્રિક છે, પરંતુ માણસે બધું જ બંધ કરી દીધું છે. એ બંધનને કારણે શરીરમાં હજારો તનાવ એકઠાં થઈ ગયાં છે અને જ્યારે ઘણાં બધાં તાણ એકઠાં થઈ ગયાં છે, સંકુલો સર્જાઈ છે, ગ્રંથિઓ સર્જાઈ છે ત્યારે હું તમને શરીરને સંપૂર્ણ છોડી દેવાનું કહું છું, ત્યારે તમારી જે હજારો ગ્રંથીઓ તમે બનાવી છે બાળપણ. તેમના માટે ઓગળવું જરૂરી છે અન્યથા તમે ક્યારેય શરીરહીનતા, ગામઠી સ્થિતિ પ્રાપ્ત કરી શકશો નહીં. જ્યારે શરીર ફૂલ જેવું હલકું થઈ જાય, બધી ગ્રંથિઓથી મુક્ત....

તમે મહાવીરનું નામ સાંભળ્યું હશે. મહાવીરનું એક નામ છે, ‹નિર્ગ્રંહ›, નામ ખૂબ જ અદ્ભુત છે. તેનો અર્થ છે, જટિલ-ઓછું. નિગ્રન્થ એટલે કે જેણે પોતાની બધી ગ્રંથીઓ અને ગાંઠો ગુમાવી દીધી છે, જેની અંદર હવે કોઈ ગાંઠ નથી, જે એકદમ સરળ, નિર્દોષ બની ગયો છે.

તેથી, જો આપણી અંદરના શરીરની ગ્રંથીઓનું આ નેટવર્ક મુક્ત થવા માંગે છે, તો તમે તેને છોડશો નહીં. તમારી સભ્યતા, નમ્રતા, મૂલ્યો, સંકોચ, કોઈ સ્ત્રી છે, કોઈ ઉચ્ચ પદ પર છે, કોઈ કંઈક છે, કોઈ બીજું છે, તે તેને એટલી ખરાબ રીતે પકડી રાખે છે કે તે છોડતો નથી.

હવે આજે એક મહિલા મારી પાસે આવી અને મને કહ્યું કે તેને ડર છે કે કોઈનો હાથ તેને અડશે તો તે બિચારી આજે દૂર જઈને બેસી ગઈ હશે. પરંતુ જ્યારે કોઈ એક-બે ટર્ન લઈને તેની પાસે પહોંચ્યું ત્યારે તે ફરીથી મુશ્કેલીમાં મુકાઈ ગયો. તે મને પૂછવા આવી કે મારે જઈને વધુ દૂર બેસવું જોઈએ.મેં કહ્યું, મોકલનાર કોઈને ત્યાં પણ મોકલી શકે છે. કોઈ આવે તે સારું છે. ત્યાં પણ કોઈ આવશે. જ્યાં બેસો ત્યાં બેસો. જો કોઈ તેને પકડી લેશે તો શું થશે?

સ્ત્રીઓની હાલત એવી છે કે ભગવાનને મળે તો પણ સાડી સાચવીને જતી રહે છે. તેને પણ ક્યાંય અડવું ન જોઈએ. તેમનું આખું શરીર, ખાસ કરીને સ્ત્રીઓનું આખું શરીર, ગ્રંથીઓથી પ્રભાવિત થાય છે. બાળપણથી

જ તેની તમામ તાલીમ એવી છે કે શરીર તેનો રોગ છે. સ્ત્રીઓ દેહને વહન કરે છે, શરીરમાં રહેતી નથી. તે એક શેલ છે જે દરેક સમયે સુરક્ષિત અને વહન કરવામાં આવે છે અને તેમાં બચત કરવા જેવું કંઈ નથી. તો આ નાનકડી વિનંતી આપણને ઘણું બધું કરતા રોકે છે....

હવે કેટલાક લોકો બહુ ભણેલા છે અને હવે તેમને એવું લાગે છે... એક સજ્જન આજે મને કહેતા હતા કે લાગણીશીલ લોકો સાથે આવું થવું જ જોઈએ, બૌદ્ધિક લોકો સાથે કેવી રીતે થશે?

હવે કોઈ બે-ચાર વર્ગ ભણે તો તે બૌદ્ધિક બની જાય છે. તેની માતા મરી જાય તો તે રડે કે નહીં? તે કોઈને પ્રેમ કરશે કે નહીં? તે બૌદ્ધિક બન્યો. એણે ચાર ધોરણ ભણ્યા છે, યુનિવર્સિટીમાંથી સર્ટિફિકેટ લીધું છે, એટલે હવે પ્રેમ કરવો હોય તો કિસ કરવી કે નહીં એ વિચારતાં કેટલા જંતુઓ ટ્રાન્સફર થઈ જાય છે! તે પુસ્તક વાંચશે, તે જઈને ગણતરી કરશે કે ભાવુક થવું કે નહીં.

બુદ્ધિ પણ રોગ જેવી થઈ ગઈ છે. બુદ્ધિ આપણા સૌરભ બની શકી નથી. આપણી બુદ્ધિ આપણું ગૌરવ નથી બની, રોગ બની ગઈ છે. કોઈ એવું વિચારે કે આપણે બૌદ્ધિક છીએ, આપણે રેશનાલીસ્ટ છીએ, આપણાથી આવું ન થઈ શકે. જેઓ થોડા લાગણીશીલ હોય છે તેમની સાથે જ આવું થાય છે.

-ઓશો

એકે શું શોધ્યું, ત્રણ મળ્યા

દસ મિનિટનો બીજો પ્રયોગ શરીરને હલનચલન કરવાની, નૃત્ય કરવાની કે શરીરને જે કરવું હોય તે કરવાની સંપૂર્ણ સ્વતંત્રતા આપવાનો છે. પરિણામો કેથાર્ટિક છે.

મને ખબર નથી કે આપણે આપણા શરીરમાં કેટલા પ્રકારના દમન જમા કર્યા છે. મારા મનમાં પણ અનેક પ્રકારની ઉદાસીનતાઓ જમા થઈ ગઈ છે. જે વ્યક્તિ ધ્યાન માં જવા માંગે છે તેણે પહેલા આ જુલમો થી મુક્ત થવું જોઈએ. ગુસ્સો આવ્યો છે. અમે ગુસ્સાને પીધો છે. વાસના આવી છે, અમે વાસનાને દબાવી દીધી છે. ચિંતા આવી ગઈ, ચિંતાનો નશો કરીને સૂઈ ગયા. ખબર નથી કે આપણે આપણા મનમાં કેટલું છુપાવ્યું છે. જ્યારે તમારે રડવું હોય તો રડશો નહીં, જો તમારે હસવું હોય તો હસશો નહીં, જો તમારે બૂમો પાડવી હોય તો બૂમો પાડશો નહીં, જો તમારે નાચવું હોય તો નાચશો નહીં. અમે એ બધું દબાવી દીધું છે. મન અને શરીર બંનેમાં હજારો જુલમો જમા થયા છે. જ્યાં સુધી તે જુલમ દૂર ન થાય ત્યાં સુધી મન ઉડવા માટે પૂરતું હલકું બની શકતું નથી.

તેથી, બીજી દસ મિનિટમાં શરીર સાથે સંપૂર્ણ સ્વતંત્રતા અને સહકાર છે. જો શરીર નૃત્ય કરવા માંગે છે, તો તેને સંપૂર્ણ રીતે નાચવા દો, જો તે ચીસો કરવા માંગે છે, તો તેને ચીસો પાડવા દો, જો તેને રડવું હોય તો તેને રડવા દો. શરીર જે કંઈ કરવા ઈચ્છે છે તે માત્ર પોતાના શરીર સાથે જ કરવું, બીજા કોઈ શરીર સાથે નહીં - પોતાના શરીર સાથે જે કરવું હોય તેને સંપૂર્ણ સ્વતંત્રતા અને સહકાર આપવો પડશે.

લગભગ સાઠ ટકા લોકોને અચાનક તેમની અંદર ઘણું બધું થતું જોવા મળશે. જે મિત્રોને લાગે છે કે તેમની અંદર કંઈ નથી થઈ રહ્યું, તો હું તેમને કહીશ કે ઓછામાં ઓછું આજે, જેઓ પોતાની મેળે બનશે તેનો કોઈ પ્રશ્ન નથી, વધુ લોકો પોતાની મેળે થશે - જેમને લાગે છે કે જો તેમની સાથે જાતે જ નથી થઈ રહ્યું, તો તેનું આખું કારણ એ છે કે તેઓ તેમના અવરોધોમાં, તેમના દમનમાં એટલા મજબૂત છે કે મધ્યમ સ્તર તેમને અંદર સુધી પહોંચવા દેતું નથી, તેથી હું તેમને કહીશ કે ચિંતા ન કરો. તે, તેઓ ભલે તે ન થઈ રહ્યું હોય તેઓ ગમે તે દસ મિનિટ કરી શકે છે. જો તેઓ તેમને નૃત્ય કરાવી શકતા હોય તો તેમણે નૃત્ય કરતા રહેવું જોઈએ. પદ્ધતિ, ક્રમ અને ગતિનો કોઈ પ્રશ્ન નથી. જો તેઓ તેમને બૂમો પાડી શકતા હોય તો તેમણે બૂમો પાડતા રહેવું જોઈએ. આવતીકાલે જ તેઓ જોશે કે તેમનો પ્રવાહ તૂટી ગયો છે અને સ્ટેન્ટેનિયસ તેમની અંદરથી વહેવા માંડે છે.

આ દસ મિનિટના ખૂબ ઊંડા પરિણામો છે. દસ મિનિટના નાચ્યા, રાડારાડ, ધ્રુજારી, રડ્યા અને હસ્યા પછી, તમે એટલા હળવા થઈ જશો જેટલા કદાચ તમે તમારા જીવનમાં ક્યારેય ન થયા હોય. પ્રથમ તબક્કામાં, તમારા શરીરમાં જે વિદ્યુત જાગશે તે તમને નાચવામાં, બૂમો પાડવા, રડવામાં, હસવામાં મદદ કરશે અને તમારે પણ તમારી બાજુથી સહકાર આપવો પડશે અને તમારી અંદર જે કંઈ છે તેને સંપૂર્ણ રીતે થવા દેવાનું છે. જો તમારો હાથ આટલો બધો ધ્રુજતો હોય, તો તમારે તેને વધુ સંપૂર્ણ રીતે હલાવો જેથી કરીને હાથની અંદર જે કંઈપણ વેગ છે તે છૂટી જાય.જાઓ, તેઓ નિરાધાર બને. આ પ્રયોગથી ચાર દિવસમાં ઘણું બધું કરી શકાય છે જે કોઈ સામાન્ય પ્રયોગથી ચાર વર્ષમાં ન થઈ શકે.

બીજા તબક્કા પછી, તમારું શરીર વજનહીન લાગશે, જાણે તે એકદમ હલકું થઈ ગયું હોય, જાણે કે તે ઉડી શકે. તે બેવડી વસ્તુ જેવું લાગશે. પ્રથમ તબક્કા પછી શરીર ઊર્જાથી ભરેલું અનુભવાશે. બીજા તબક્કા પછી પાવર સંપૂર્ણ દેખાશે. પણ શરીર સાવ વજનહીન અને હલકું થઈ

ગયું હશે. બીજા તબક્કા પછી, તમે સ્પષ્ટપણે અનુભવવા લાગશો કે કોઈ શરીર નથી, પરંતુ માત્ર ઊર્જા, માત્ર ઊર્જા, માત્ર શક્તિ છે.

જે પણ આ બીજા તબક્કામાં પ્રયોગ પૂરો કરશે, તેને આશ્ચર્યનો અનુભવ થશે અને તે એ હશે કે પ્રથમ વખત તેને અનુભૂતિ થશે કે શરીર અલગ છે અને હું અલગ છું. જો તમે તમારા શરીરને સંપૂર્ણપણે છોડી દો, તો તમારી ઓળખ તૂટી જશે. આજે પણ આવું થશે. એકમાત્ર પ્રશ્ન એ છે કે તમે તેને સંપૂર્ણ સહકાર આપો. તમે તેને તમારી બાજુથી રોકો! એવું ન વિચારો કે હું ડાન્સ કરું તો કોઈ શું કહેશે? જો હું ચીસો પાડીશ તો કોઈ શું કહેશે? તમારી અંદર જે કંઈ થઈ રહ્યું છે, તેને બીજા બધાની ચિંતા કર્યા વિના થવા દો. તો દસ મિનિટની અંદર, તમે જે સતત સાંભળ્યું છે, તે વાંચો કે હું અને શરીર અલગ છીએ તે તમારા અનુભવનો ભાગ બની જશે. નૃત્ય શરીર તમને જુદું દેખાશે, તમે સાક્ષી બનશો કે શરીર નૃત્ય કરી રહ્યું છે. તમે સાક્ષી હશો કે શરીર રડે છે. તમે સ્પષ્ટપણે જોઈ શકશો કે બીજું કોઈ હસી રહ્યું છે અને હું જોઈ રહ્યો છું. તે અનુભૂતિ એ તમને ધ્યાનના ઊંડાણમાં લઈ જવા માટે એક આવશ્યક દ્વાર છે. આ વિના વ્યક્તિ ધ્યાન કરી શકતો નથી.

કેથર્સિસમાં બે બાબતો છે. એક જે મારાથી ભરેલું છે. જૂનું દબાવવાનું છે, તેને છોડવું પડશે, તેને મૂર્ખ બનાવવું પડશે. હવે આ જૂની દબાયેલી વસ્તુનો ઉપયોગ કોઈની સામે થશે તો મુસીબતો શરૂ થઈ જશે. મારી અંદર ગમે તેટલો ક્રોધ દબાયેલો હોય, જો હું તેને તમારા પર ઉતારીશ, તો તમે બેઠા નહીં રહો, તમે પણ જવાબ આપશો, તમે પણ મારા જેવા માણસ છો. જો તમે પણ લાકડું લઈને ઊભા રહેશો તો મને જે લાકડું મળશે તેના કરતાં બમણું લાકડું તમે મને મારી શકશો. પછી તેને દબાવવી પડશે, કારણ કે સાંકળ ક્યાંક તોડવી પડશે, પછી હું તેને દબાવીશ. તેથી તેને કોઈના પર લેવાથી ક્યારેય રાહત થઈ શકે નહીં. આપણે કેટલાક મુદ્દાઓ પર વેન્ટિંગ કરી રહ્યા છીએ અને ત્યાં કોઈ કેથર્સિસ નથી.

તેથી કેથાર્સિસ શૂન્યાવકાશમાં છે, કેથાર્સિસ અનિર્દેશિત છે. જરૂર છે કે હું મારો ગુસ્સો બહાર કાઢું, પણ કોઈના પર નહીં, હવામાં કાઢું. હું તેને રદબાતલમાં બહાર લઈ જઈશ, જેમાં કોઈ પરત આવવાની પ્રતિક્રિયા નથી. તેથી, જો કોઈ વળતી પ્રતિક્રિયા ન હોય, તો હું નવા સંપાદન કરતો નથી અને બીજી ઘટના બનશે, જો તમારો ગુસ્સો હવામાં આવશે, તો સામાન્ય રીતે તમે ગાંડા જેવા દેખાશો, તેથી જ શરૂઆતમાં મારો ભાર સામૂહિક ધ્યાન પર છે. એકલામાં તમે સંપૂર્ણપણે પાગલ જણાશો. જ્યારે

તમે એકલા હો ત્યારે તમે વિચારશો કે હું શું કરી રહ્યો છું અને રસપ્રદ વાત એ છે કે જો બસો લોકો એક જ કામ કરતા હોય તો તમે પાગલ નથી લાગતા, કારણ કે તમને લાગશે કે તે માત્ર હું જ તે નથી. એકસો નવ્વાણું લોકો વધુ આ જ કરી રહ્યા છે.

તેથી જ હું ભારપૂર્વક કહું છું કે આ કેથાર્સિસ એકલા હાંસલ કરી શકાતું નથી, જો તમે કરી શકો તો તે વધુ સારું છે. મને કોઈ વાંધો નથી કે કોઈ એકલા કરી શકે, પરંતુ તે તે કરી શકશે નહીં. જ્યારે એકલો હોય ત્યારે તેને પોતાને જ લાગશે કે હું કોને મુક્કો મારી રહ્યો છું કારણ કે આપણી સામાન્ય ટેવ કોઈને મુક્કો મારવાની છે. હવામાં મુક્કો મારવાથી આપણે આપણને ગાંડા લાગીશું, આપણે શું ગાંડપણ કરી રહ્યા છીએ. આપણે માત્ર દીવાનાઓને હવામાં મુક્કા મારતા જોયા છે. માત્ર પાગલોને હવામાં ચીસો પાડતા જોયા છે. કોઈ હાજર નથી, મેં ફક્ત ગાંડા લોકોને બોલતા જોયા છે. આપણે બધા બુદ્ધિશાળી છીએ, કોઈ હોય તો બોલીએ. જો ત્યાં કોઈ હોય તો આપણે મુક્કો મારીએ, કોઈ હોય તો માફી માગીએ, કોઈ હોય તો બૂમો પાડીએ, કારણ હોય તો બોલીએ, કારણ હોય તો હસીએ.

આપણે કોઈ કારણ વગર કંઈ કરતા નથી. જો યોગ્ય રીતે સમજીએ તો, કોઈપણ કારણ વગર કામ કરનારને આપણે પાગલ કહીએ છીએ. એટલા માટે અહીં એક માણસ બેઠો છે, અચાનક તે જોર જોરથી હસવા લાગે છે, તો આપણે કહીશું કે તે પાગલ છે, કારણ કે આપણે કોઈ વાત પણ કરી ન હતી. હજુ સુધી કોઈ ચર્ચા થઈ નથી. ચર્ચા હોય, ખીંટી લટકાવવાની હોય તો હસો તો આપણે કહીએ કે ઠીક થઈ જશે. તેથી, મારા મતે, કેથાર્સિસ ફક્ત જૂથમાં જ શરૂ કરી શકાય છે. બહુ ઓછા લોકો એવા હોય છે કે જેઓ ખાનગીમાં કેથર્સીસ કરવાની હિંમત ધરાવતા હોય અને ખાનગીમાં હંમેશા કોઈને કોઈ પ્રકારનો પ્રતિકાર થતો જ હોય છે. કારણ કે તમે અને તમે એકલા આખો સમય વિચારતા જ રહેશો કે હું જે કંઈ કરું છું, શું કરું છું, શું હું કંઈ ગાંડપણ તો નથી કરી રહ્યો.

કેથાર્સિસ એટલે કે, આપણે જે પણ વસ્તુ સાથે હંમેશા કરતા આવ્યા છીએ, તેનું એક કારણ હતું, હવે આપણે તેને અર્થહીન અને દિશાહીન બનાવી રહ્યા છીએ, તેથી આ માટે કોઈ મોટું જૂથ હશે તો તે સરળ બનશે.

બીજું, જો આપણે કોઈ કારણ વગર આવું કર્યું હોય, તો જે ગુસ્સો હંમેશા કારણસર વહેતો હતો, તે બાંધેલી નહેરમાંથી વહી જશે. બંધાયેલ નહેર હંમેશા એક દિશામાં હોય છે. હવે આ બિનજરૂરી છે, જે ઓવરફ્લો થશે. કારણ કે તે દિશાહીન છે, ત્યાં કોઈ ચેનલાઈઝેશન થશે નહીં. કારણ કે જો હું તમારા પર ગુસ્સે હોઉં, પણ અમારે કોઈ પર ગુસ્સો

કરવાની જરૂર નથી, તેથી તે પરિમાણહીન હશે અને કેથાર્સિસ માત્ર પરિમાણહીન હોઈ શકે છે. જો તેમાં પરિમાણ હોય તો કેથેર્સિસ ન હોઈ શકે. તે ઓવરફ્લો થશે. તે પૂર જેવું હશે જે કાંઠા તોડી નાખશે. ધાર તોડવી જરૂરી છે તો જ તમે સંપૂર્ણપણે ખાલી થઈ શકો છો. કારણ કે ઘણા જન્મોથી ઘણો ક્રોધ છે. બહુ વાસના છે. ઘણું કામ છે. તે બધું એકત્રિત કરો. તે પૂર્ણ થવું જોઈએ.

આંતરિક અરાજકતાને મુક્ત કરો

સૌ પ્રથમ, તમે હજારો જન્મોથી અરાજકતામાં જીવો છો. આ કોઈ નવી વાત નથી. આ જૂની વાત છે. બીજું, ધ્યાનની સક્રિય પદ્ધતિઓ, જે કેથાર્સિસ પર આધારિત છે, તમારી અંદરની અરાજકતાને બહાર આવવા દે છે. આ આ પદ્ધતિઓની સુંદરતા છે. જો તમે શાંતિથી બેસી ન શકો તો પણ તમે સક્રિય અથવા નિષ્ક્રિય ધ્યાન ખૂબ જ સરળતાથી કરી શકો છો. એકવાર અરાજકતા દૂર થઈ જાય પછી તમારામાં એક શાંત ઘટના શરૂ થાય છે. પછી તમે શાંતિથી બેસી શકો છો. જો ધ્યાનની કેથાર્ટિક પદ્ધતિઓ યોગ્ય રીતે કરવામાં આવે છે, જો સતત કરવામાં આવે છે, તો તે બાહ્ય અવકાશમાં તમારી અરાજકતાને સંપૂર્ણપણે ઓગાળી દેશે. તમારે ઉન્મત્ત તબક્કામાંથી પસાર થવાની જરૂર રહેશે નહીં. આ આ પદ્ધતિઓની સુંદરતા છે. ગાંડપણ પહેલેથી જ બહાર ફેંકવામાં આવી રહ્યું છે. તે કાયદામાં જ સમાવિષ્ટ છે.

પતંજલિ દ્વારા સૂચવ્યા મુજબ પતંજલિ પાસે કોઈ કેથર્સિસ પદ્ધતિ નથી, તમે આ રીતે શાંતિથી બેસી શકતા નથી. પતંજલિ પાસે કોઈ કેથાર્સિસ પદ્ધતિ નથી. એવું લાગે છે કે તેના સમયમાં તેની કોઈ જરૂર નહોતી. લોકો સ્વાભાવિક રીતે ખૂબ જ શાંત, સ્થિર, આદિમ હતા, મન હજુ બહુ સક્રિય નહોતું.

એવું બન્યું, લોકો સારી રીતે સૂઈ ગયા, પ્રાણીઓની જેમ જીવ્યા, તેઓ ખૂબ વિચારશીલ, તાર્કિક અથવા બૌદ્ધિક ન હતા. તેઓ હૃદયમાં કેન્દ્રિત હતા, જેમ કે અસંસ્કૃત લોકો પણ હોય છે, અને જીવન એવું હતું કે તે ઘણી બધી કેથાર્સિસ આપમેળે થવા દેતું હતું.

ઉદાહરણ તરીકે, લાકડા કાપનારને કેથાર્સિસની કોઈ જરૂર નથી કારણ કે માત્ર લાકડું કાપવાથી, તેની બધી ખૂની વૃત્તિ બહાર આવે છે. લાકડું કાપવું એ ઝાડને મારવા જેવું છે. પથ્થર તોડનારને કેથાર્ટિક ધ્યાનની જરૂર નથી. તે આખો દિવસ આ જ કરે છે, પરંતુ આધુનિક માણસ માટે વસ્તુઓ બદલાઈ ગઈ છે. હવે તમે એટલા આરામથી જીવો

છો કે તમારા જીવનમાં કેથાર્સિસની કોઈ શક્યતા નથી. સિવાય કે તમે ઉન્મત્ત વાહન કરી શકો છો.

કાર અકસ્માતો: કેથાર્સિસ માટેનો ઉપાય

તેથી જ પશ્ચિમમાં દર વર્ષે અન્ય કંઈપણ કરતાં વધુ લોકો કાર અકસ્માતોમાં મૃત્યુ પામે છે. એ સૌથી મોટો રોગ છે. ન તો કેન્સર, ન ક્ષય, કે અન્ય કોઈ રોગ કાર ચલાવવા જેટલા જીવ લે છે. બીજા વિશ્વયુદ્ધમાં, એક વર્ષમાં લાખો લોકો મૃત્યુ પામ્યા હતા, પરંતુ ક્રેઝી કાર ડ્રાઇવરોને કારણે સમગ્ર પૃથ્વી પર દર વર્ષે વધુ લોકો મૃત્યુ પામે છે.

જો તમે કાર ચલાવો છો, તો તમે નોંધ્યું હશે કે જ્યારે તમે ગુસ્સામાં હો છો, ત્યારે તમે ઝડપથી કાર ચલાવો છો. તમે એક્સિલરેટરને દબાવતા રહો, તમે બ્રેક વિશે સંપૂર્ણપણે ભૂલી જાઓ છો. જ્યારે તમે ખૂબ નફરત અને ચીડમાં જીવો છો, ત્યારે કાર અભિવ્યક્તિનું માધ્યમ બની જાય છે, નહીં તો તમે આટલા આરામથી જીવો છો. કંઈક માટે, તમે તમારા શરીર સાથે ઓછું અને ઓછું કામ કરો છો અને તમારા મગજમાં વધુ અને વધુ કામ કરો છો.

મગજનો વધુ પડતો ઉપયોગ

જે લોકો મગજના ઊંડા કેન્દ્રો વિશે જાણે છે તેઓ કહે છે કે જે લોકો હાથ વડે કામ કરે છે તેઓમાં ચિંતા ઓછી હોય છે, તણાવ ઓછો હોય છે. પછી તમે સારી રીતે સૂઈ જાઓ છો કારણ કે તમારા હાથ સૌથી ઊંડા મનના, મગજના સૌથી ઊંડા કેન્દ્રના છે. તમારો જમણો હાથ જમણા મગજ સાથે સંબંધિત છે. જ્યારે તમે તમારા હાથથી કામ કરો છો, ત્યારે મગજમાંથી ઉર્જા હાથોમાં વહે છે અને મુક્ત થઈ રહી છે. જે લોકો તેમના હાથથી કામ કરે છે તેમને કેથેર્સિસની જરૂર નથી, પરંતુ જે લોકો તેમના મગજથી કામ કરે છે. તેમને વધુ કેથાર્સિસની જરૂર છે કારણ કે તેઓએ વધુ ઊર્જા એકઠી કરી છે અને તેમના શરીરમાં કોઈ માર્ગ નથી, બહાર જવા માટે કોઈ દરવાજો નથી. તે મનની અંદર ચાલતું રહે છે અને મન પાગલ થઈ જાય છે.

પણ આપણા સંસ્કૃતિ-સમાજમાં, ઓફિસમાં, કારખાનામાં, બજારમાં જે લોકો માથાથી એટલે કે ‹હેડ›થી કામ કરે છે તેઓને હેડ-ક્લાર્ક કે હેડ-સુપ્રિટેન્ડેન્ટ જેવા ‹હેડ› કહેવામાં આવે છે. જે લોકો હાથ વડે કામ કરે છે તેમને ‹હાથ› કહે છે. આ બાબત નિંદાત્મક બની જાય છે.

હેડ શબ્દ જ અપમાનજનક બની ગયો છે.

જ્યારે પતંજલિ આ સૂત્રો પર કામ કરી રહ્યા હતા ત્યારે દુનિયા સાવ

અલગ હતી. લોકો «હેન્ડ્ઝ» હતા. ખાસ કેથેર્સિસની જરૂર નહોતી. જીવન પોતે એક કેથેર્સિસ હતું. પછી તેઓ સરળતાથી શાંતિથી બેસી શકે છે, પરંતુ તમે તે કરી શકતા નથી.

-ઓશો
કેનોપનિષદ

ઝડપી શ્વાસ: પ્રથમ પગલું

કેથાર્સિસનો પ્રથમ તબક્કો

પ્રથમ તબક્કો, જે સમગ્ર ચાલુ રહેશે, તે ઊંડા અને તીવ્ર શ્વાસ લેવાનો છે. તેને ઊંડે, ઊંડે તેમજ તીવ્રતાથી, ઝડપી પણ લેવું પડશે. તેને જેટલું ઊંડાણમાં લઈ જઈ શકાય તેટલું લઈ જવું જોઈએ અને લઈ જવાની અને છોડવાની આ ક્રિયા શક્ય તેટલી ઝડપથી કરવી જોઈએ. કેમ, શ્વાસ લેવાથી શું થશે?

શ્વાસ એ માનવ જીવનનું સૌથી રહસ્યમય તત્વ છે. આત્મા અને શરીર શ્વાસના પુલ દ્વારા જોડાયેલા છે. તેથી જ્યાં સુધી શ્વાસ ચાલુ રહે ત્યાં સુધી આપણે કહીએ છીએ. માણસ જીવતો છે. શ્વાસ ગયો અને માણસ ગયો.

શ્વાસ એ આપણા આત્મા અને શરીરને જોડતો પુલ છે. જ્યારે તમે ખૂબ જ તીવ્ર અને ઊંડો શ્વાસ લો છો, ત્યારે માત્ર શરીર જ ધ્રૂજતું નથી, આત્માના આંતરિક તંતુઓ પણ ધ્રૂજતા હોય છે, જાણે કોઈ બોટલ ત્યાં રાખવામાં આવી હોય. લાંબા સમયથી તેમાં કંઈક ભરેલું છે. જો કોઈએ ક્યારેય તેને હલાવી ન હોય તો તે બોટલ અને અંદરની વસ્તુઓ બે છે તે ખબર નથી. તે લાંબા સમયથી રાખવામાં આવે છે, તે સમાન હોય તેવું લાગે છે, બોટલને જોરશોરથી હલાવો, બોટલ હલાવે છે અને અંદરની વસ્તુ હલાવે છે, આ બોટલ અને અંદરની વસ્તુને અલગ પાડે છે. તેથી જ્યારે તમે પૂરેપૂરી ઝડપે શ્વાસ લો છો, ત્યારે એક વાવાઝોડું સર્જાય છે, જે શરીરને સ્પંદન કરે છે અને અંદરના આત્માના તંતુઓને પણ સ્પંદન કરે છે.

સ્પંદનની એ ક્ષણમાં પણ બંનેના અલગ થવાનો અહેસાસ થાય છે.

બીજો તબક્કો: કેથાર્સિસ

બીજા તબક્કામાં, આપણે બધી દબાયેલી લાગણીઓને ઉજાગર કરવાનો પ્રયાસ કરી રહ્યા છીએ.

જો તમે ખરેખર ઊંડો અને અસ્તવ્યસ્ત શ્વાસ લીધો હોય, તો દબાયેલી લાગણીઓ સરળતાથી સામે આવશે. તેઓ પોતાની મેળે આવવાનું

શરૂ કરશે અને તમારે કંઈ કરવાનું રહેશે નહીં. બીજું પગલું આપોઆપ આવશે, જો પ્રથમ પગલું યોગ્ય રીતે કરવામાં આવશે. જો તમે પ્રથમ તબક્કામાં કોઈ પ્રતિકાર ન કર્યો હોય, તો બીજો આપમેળે દાવો કરશે અને જાગી જશે. બીજા પગલામાં, આપણે લાગણીઓ દોરવાનો પ્રયાસ કરી રહ્યા છીએ; તેઓ બહાર વ્યક્ત કરવા માટે હોય છે; તેમને બહાર ફેંકી દેવા પડશે.

જ્યારે તમે કોઈ પર ગુસ્સે થાઓ છો, ત્યારે તમે તમારો ગુસ્સો તેના પર પ્રદર્શિત કરો છો, પછી તમે સાંકળ પ્રતિક્રિયા બનાવો છો. પછી તેને પણ ગુસ્સો આવશે અને આ ઘણી જિંદગી સુધી ચાલશે અને તમે દુશ્મનાવટમાં જશો. તમે આને સદીઓ સુધી ચલાવી શકો છો. તે ક્યારેય સમાપ્ત થશે નહીં. તે ક્યાં સમાપ્ત થશે? માત્ર એક જ શક્યતા છે, તમે તેને ધ્યાનથી દૂર કરો અને બીજે ક્યાંય નહીં. કારણ કે ધ્યાન માં તમે બીજા કોઈ પર ગુસ્સે થતા નથી, તમે માત્ર ગુસ્સે છો.

યાદ રાખો. આ એક ખૂબ જ મૂળભૂત તફાવત છે. તમે બીજા કોઈ પર ગુસ્સો કરતા નથી. તમે માત્ર ગુસ્સે છો અને ગુસ્સો બ્રહ્માંડમાં બહાર આવી રહ્યો છે. તમે કોઈને ધિક્કારતા નથી. જો નફરતની લાગણી આવે છે, તો તમે માત્ર નફરત કરી રહ્યા છો અને નફરત બહાર આવી રહી છે. ધ્યાનમાં લાગણીઓ કોઈ પણ વસ્તુ સાથે સંબંધિત નથી, તે અસંબંધિત છે. તેઓ આકાશમાં જાય છે અને આકાશ બધું શુદ્ધ કરે છે.

યાદ રાખો કે આ સમુદ્રમાં પડતી ગંદી નદી જેવું છે. સમુદ્ર તેને શુદ્ધ કરે છે. જ્યારે પણ તમારો ગુસ્સો, તમારો દ્વેષ, તમારી વાસના

જ્યારે તે બ્રહ્માંડમાં જાય છે અને સમુદ્રમાં પડે છે, ત્યારે તે તેને શુદ્ધ કરે છે. જ્યારે પણ કોઈ ગંદી નદી બીજી નદીમાં પડે છે ત્યારે તે તેને પણ ગંદી બનાવે છે. જ્યારે તમે કોઈ બીજા પર ગુસ્સે થાઓ છો, ત્યારે તમે તમારી ગંદકી તેના પર ફેંકી દો છો. પછી તે તેની ગંદકી પણ તમારા પર નાખશે અને તે એકબીજાને ગંદા કરવાની પ્રક્રિયા હશે.

ધ્યાનમાં તમે તમારી જાતને આકાશમાં ફેંકી રહ્યા છો જેથી તમે શુદ્ધ થઈ શકો. તમે જે પણ ઉર્જા ફેંકો છો, તે બધું શુદ્ધ થઈ જાય છે. આકાશ એટલું વિશાળ છે, એટલો મોટો મહાસાગર છે કે તમે તેને ગંદુ કરી શકતા નથી. ધ્યાનમાં, આપણે લોકો સાથે સંબંધ રાખતા નથી. ધ્યાનમાં આપણે બ્રહ્માંડ સાથે સીધો સંબંધ ધરાવીએ છીએ.

બીજા પગલામાં, આપણે લાગણીઓને ફેંકી દઈએ છીએ. તે કેધારસી, નિર્જરા છે.

-ઓશો
કેનોપનિષદ

બીજો તબક્કો છે કેથેરસીસ, કેથાર્સીસ. જેમ જેમ શરીરની શક્તિ જાગે છે અને કુંડલિની પર હુમલો શરૂ થાય છે અને તમે શરીરની ભાવના ગુમાવશો, જીવનની ભાવના રહેશે અને આખું શરીર વીજળીના વહેતા સ્પંદનોનો પ્રવાહ બની જશે, તેવી જ રીતે ઘણી ઘટનાઓ બનશે. જે તમારા શરીરમાં થાય છે. તમારે તેમને રોકવાની નહીં, પણ સહકાર આપવાની જરૂર છે. બીજા તબક્કામાં, શરીર જે કરવા માંગે છે, મન જે કરવા માંગે છે, તેને ટેકો આપવો પડશે, રોકવું નહીં, સહકાર આપવો પડશે.

સામાન્ય રીતે ચાર પ્રકારની ઘટનાઓ બનશે અથવા તેનું મિશ્રણ બનશે અથવા જો શરીર નૃત્ય કરવા લાગે તો વ્યક્તિએ નૃત્યમાં બધી શક્તિ લગાવવી પડશે. પછી રોકશો નહીં, સ્થિર ન રહો. તમારે તમારી બધી તાકાત નૃત્યમાં વાપરવી પડશે અથવા જો તમારું શરીર ચીસો પાડવા લાગે તો તમારે તમારી બધી શક્તિ ચીસોમાં વાપરવી પડશે અથવા જો તમે હસવા લાગો તો તમારે તમારી બધી શક્તિ હસવામાં વાપરવી પડશે અથવા જો તમારું શરીર રડવા લાગે તો તમારે તમારી બધી તાકાત વાપરવી પડશે. તમારી બધી શક્તિ રડવામાં વાપરો. મેં તમને આ ચાર મહત્વની વાતો કહી. આ ચારેયનું મિશ્રણ પણ બની શકે છે, જે હોય તે પૂર્ણપણે કરવું જોઈએ.

કેટલાક સિત્તેરથી એંસી ટકા લોકો પોતાની જાતે જ શરૂ કરશે. ફક્ત તેમને રોકશો નહીં. આ સિત્તેર એંસી ટકા લોકો, આ લોકો

એવા લોકો છે જેમણે ક્યારેય ધ્યાનની દિશામાં કોઈ કાર્ય કર્યું છે, કાં તો તેમના પાછલા જન્મમાં અથવા આ જીવનમાં, અથવા જેમણે કોઈ કાર્ય કર્યું નથી.

પણ જેમની આકાંક્ષાઓ બહુ સળગતી હોય છે; જેની આકાંક્ષાઓ ખૂબ ઊંડી છે; જેનો જુસ્સો ઘણો ઊંડો છે; જેઓ માત્ર ધ્યાન વિશે જ ઉત્સુક નથી, પરંતુ જેઓ ધ્યાન પર હોડ લગાવવાની આતુરતા ધરાવે છે અથવા તે લોકો જેમનો નિશ્ચય, જેની ઇચ્છા શક્તિ ખૂબ જ પ્રબળ છે, આ તે લોકો હશે જેઓ કોઈપણ માર્ગ, કોઈપણ ધ્યાનની પદ્ધતિ, કોઈપણ પ્રાર્થના, પૂજા અથવા ઉપાસનાએ પોતાની અંદર એક આધ્યાત્મિક સ્થિતિની શરૂઆત કરી છે. આ સિત્તેર-એંસી ટકા લોકો, તેમની આધ્યાત્મિક સ્થિતિ ગમે તે હોય, તરત જ બીજા તબક્કામાં પ્રવેશ કરશે.

જે વીસ-પચ્ચીસ ટકા લોકો બચશે તેમાં ત્રણ-ચાર પ્રકારના લોકો હશે. એક એવા લોકો હશે જેમની પાસે કોઈ સંકલ્પ નથી, પણ સંકલ્પ જગાડી શકાય છે. આ એવા લોકો હશે જેઓ અન્ય લોકોથી ખૂબ ડરતા હોય છે, જે લોકોના અભિપ્રાયથી ખૂબ ડરતા હોય છે, જેઓ ખૂબ જ ડરપોક

હોય છે, જેઓ કોઈ શું કહેશે તેનાથી ડરતા હોય છે, પરંતુ અન્ય લોકોનો ડર છોડી શકાય છે. આ એવા લોકો હશે જેઓ હંમેશા દમનકારી રહ્યા છે, જેઓ તેમના જીવનમાં ક્યારેય ખુલ્લેઆમ હસ્યા નથી, ખુલ્લેઆમ રડ્યા નથી, નાચ્યા નથી અથવા બૂમો પાડી નથી. જેમણે જીવનમાં ક્યારેય સંપૂર્ણ રીતે કશું કર્યું નથી, તેઓ બધું જ વચ્ચે-વચ્ચે જીવ્યા છે. પરંતુ આ અવરોધ છોડી શકાય છે અથવા એવા લોકો હશે જેમની અંદર ઘટના બની રહી છે, પરંતુ જેઓ સહકાર અને સહકાર આપવાની હિંમત એકત્ર કરી શકતા નથી. પરંતુ હિંમત એકત્ર કરી શકાય છે.

આ ત્રીસ ટકા લોકોમાંથી, જો મેં કહેલી ચાર બાબતોનું ધ્યાન રાખવામાં આવે તો લગભગ વીસ ટકા લોકો બીજા તબક્કામાં પ્રવેશ કરશે. હજુ પણ પાંચ કે દસ ટકા લોકો બાકી હશે જેમના મૂળ ખૂબ ઊંડા છે. આ માટે, હું સૂચવવા માંગુ છું કે જો તમને લાગે કે તમે એવા દસ ટકા લોકોમાં છો કે જેમના માટે કંઈ નથી થઈ રહ્યું, તો તમારે ચારમાંથી કોઈ એક કરવાનું શરૂ કરવું જોઈએ. આજે તમે શરૂ કરો, આવતીકાલે તે તેની જાતે જ શરૂ થશે. એકવાર પ્રવાહ તૂટી જાય, એકવાર ધોધ ફૂટે, પછી તે ફરીથી વહેવા લાગે, પરંતુ હું ઈચ્છું છું કે કોઈ વ્યક્તિ બીજા તબક્કામાં અટવાઈ ન જાય.

ત્રીજો તબક્કો, જ્યારે બીજા તબક્કામાં રડવું, ચીસો પાડવી, નાચવું, હસવું વધુ જોરથી થશે, ત્યારે તમે સંપૂર્ણપણે હળવા થઈ જશો. ત્રણ પરિણામો આવશે, વજનહીન બની જશે, ગુમાવેલ વજનની જેમ; ગુમ થયેલ ગુરુત્વાકર્ષણની જેમ; જેમ કે જમીન હવે તમને ખેંચી રહી નથી; જેમ મનમાંથી પથ્થરો નીચે પડ્યા; બોજ અલગ થઈ જાય છે.

બીજું પરિણામ એ આવશે કે તમે સ્પષ્ટપણે જોશો કે શરીર અને તમે સંપૂર્ણપણે અલગ છો. બંને વચ્ચે જે ઓળખ છે તે તૂટતી જણાશે. શરીર નાચતું લાગશે; તમે જોતા દેખાશો; શરીર રડતું લાગશે; તમે સાક્ષી બનશો. તમે અલગ સાક્ષી રહેશો. બીજો તબક્કો પૂરો થશે તો તમે સાક્ષી બનશો.

હું તમને કહું છું. સભાનપણે પાગલ થઈ જાઓ. તમારા મનમાં જે પણ લાગણી ઉદભવે, તેને ઓગાળી દો. તેને રોકશો નહીં, તેને સહકાર આપો, ચીસો પાડવી હોય તો ચીસો. એક ઊંડી સર્વગ્રાહી ચીસો, જેમાં તમારા સમગ્ર અસ્તિત્વનો સમાવેશ થાય છે, તે પોતાનામાં એક અદ્ભુત ઉપચાર છે. આ ચીસોમાં જ ઘણી વસ્તુઓ, અનેક રોગો ગાયબ થઈ જશે. તમારી જાતને રડીને, ચીસો પાડીને, નૃત્ય કરીને, કૂદીને અભિવ્યક્ત થવા દો. બીજું પગલું પણ દસ મિનિટનું છે અને તમને થોડા દિવસોમાં તે અટકી જશે.

શરૂઆતમાં તમે તેને બળપૂર્વક કરશો. પ્રયાસ કે અભિનય થશે. આપણે એટલા ખોટા બની ગયા છીએ કે આપણે વાસ્તવિક કે અધિકૃત કંઈ કરી શકતા નથી. આપણે ક્યારેય હસ્યા નથી, રડ્યા નથી અથવા આપણા હૃદયથી ચીસો પાડી નથી. આપણે જે કરીએ છીએ તે એક શો, માસ્ક છે. તેથી જ્યારે તમે તે કરવાનું શરૂ કરશો, પ્રથમ તમે તેને બળપૂર્વક કરશો. તમારે પ્રયત્ન કરવો પડશે. તમે જે પણ કરશો તે અભિનય હશે, પરંતુ તેની ચિંતા ન કરો, કરતા રહો. ટૂંક સમયમાં તમે એવા સ્ત્રોતો સુધી પહોંચી જશો જ્યાં ઘણી દબાયેલી વસ્તુઓ છે. તમે એ સ્ત્રોતોને સ્પર્શ કરશો અને જેમ જેમ તેમનાં પાંદડાં તૂટશે કે તરત જ તમે નિશ્ચિત અનુભવ કરશો. તમારી અંદર નવું જીવન આવશે. તમે ફરીથી જન્મ લેશો.

આ નિશ્ચય એ મૂળભૂત ઉદ્દેશ્ય છે અને તેના વિના કોઈ પણ ધ્યાન મનુષ્ય માટે અસરકારક બની શકે નહીં. બીજા તબક્કામાં, જ્યારે અંદરનો કચરો ફેંકવામાં આવે છે, ત્યારે તમે ખાલી થઈ જાઓ છો. આ શૂન્યતાનો અર્થ છે: બધા જુલમથી ખાલી થવું. તો પછી આ શૂન્યતામાં કંઈક કરી શકાય.

તેથી અન્યની ચિંતા કર્યા વિના કેથેર્સિસ કરવાનું શરૂ કરો. તો જ તમારામાંથી કંઈક સુંદર ખીલી શકે છે. તેની ગુણવત્તા અલગ હશે, સુંદરતા અલગ હશે. તે વાસ્તવિક હશે.

જ્યારે તમને શાંતિ મળે છે. જો તે તમને ફટકારે છે તો તે જૂઠ નથી. તમે તેને કેળવતા નથી. તે આપોઆપ થાય છે, જેમ બાળક માતાના ગર્ભાશયમાં વિકાસ પામે છે, તેવી જ રીતે તમે તેનો વિકાસ અનુભવી શકો છો. તમે ઊંડી શાંતિ સાથે ગર્ભવતી બનો. તો જ પરિવર્તન થાય છે, નહીં તો બધું જ છેતરપિંડી છે અને માણસ અનેક જન્મો સુધી પોતાની જાતને છેતરી શકે છે, તેનો કોઈ અંત નથી.

-ઓશો

ધ્યાન: એકસ્ટસીની આર્ટ

ત્રીજું પગલું

દસ મિનિટ પછી સંગીત બદલાશે. ત્રીજા તબક્કાની દસ મિનિટ સુધી, બંને હાથ ઉપર ઉંચા કરીને અને કૂદીને, આપણે નાભિ કેન્દ્ર પર સૂઈ રહેલી શક્તિને જાગૃત કરવા માટે નાભિના કેન્દ્ર પર ‹હુ› મહામંત્રનો પ્રહાર કરીશું. જ્યારે પણ તમે નીચે આવો ત્યારે, પગના તળિયા અને એડીને ધીમે ધીમે જમીનને સ્પર્શ કરવા દો, જેમ કે બે શ્વાસો વચ્ચે અંતર હોવું જોઈએ નહીં તેમ ‹હુ›ના ઉચ્ચારમાં પણ અંતર હોવું જોઈએ નહીં. તમે નાભિના કેન્દ્રને જેટલી ઝડપથી અને ઊંડે સુધી મારશો, ઊંઘની ઉર્જા જાગી જશે. નાભિ કેન્દ્ર સક્રિય થશે, મૂલાધાર પર સૂતી કુંડલિની એટલે કે જાતીય કેન્દ્ર જાગૃત થશે અને નાભિ કેન્દ્રમાં ઊર્જા આવશે. કુંડલિનીને જાગૃત કરવાની સરળ અને સચોટ રીત નાભિના કેન્દ્ર પર ઝડપથી અને ઊંડે સુધી પ્રહાર કરવો તે છે.

ઓશો ઉપદેશો

એક મિત્રએ એક પ્રશ્ન પૂછ્યો છે -
અમે સક્રિય ધ્યાનનો ઉપયોગ કરતી વખતે મહાન મંત્ર ‹હુ›નો ઉપયોગ કરીએ છીએ, ઇસ્લામના અનુયાયીઓ માને છે કે આ મંત્રનો ઉપયોગ કરવાથી બધું જ નાશ પામે છે. તેથી, તે લોકો શહેરમાં ‹હૂ› અવાજ કરવાની તરફેણમાં નથી, કૃપા કરીને આ સંદર્ભે કંઈક કહો.

એ સાચું છે કે આ મંત્ર નાશ પામવા માટે છે, સમાપ્ત થવા માટે છે, ભૂંસવા માટે છે, પણ આ ભૂંસાઈ જવું એ ‹મોટા› બનવાનો માર્ગ છે.

સૂફીઓએ આ મંત્રનો ઉપયોગ કર્યો છે. આ અલ્લાહનો છેલ્લો ભાગ છે. સૂફી સાધક અલ્લાહથી શરૂઆત કરે છે અને ‹અલ્લાહ, અલ્લાહ, અલ્લાહ›ના નારા લગાવે છે. જેમ જેમ આ પડઘો ગાઢ થતો જાય તેમ અલ્લાહનું સ્વરૂપ ‹અલ્લાહુ, અલ્લાહુ બની જાય છે - તે આપોઆપ થાય છે. જો તમે મોટેથી બોલો છો,

તમે અંદરથી ઝડપથી બૂમો પાડશો: ‹અલ્લાહ અલ્લાહ અલ્લાહ›, પછી ધીમે ધીમે તમે જોશો કે તે ‹અલ્લાહુ અલ્લાહુ અલ્લાહુ› બની રહ્યું છે. આ બધું આપોઆપ થાય છે. આવું કરવું પડતું નથી. જ્યારે આ પડઘો વધુ તીવ્ર બને છે અને જ્યારે બે ‹અલ્લાહુ› વચ્ચે કોઈ જગ્યા નથી, સહેજ પણ જગ્યા નથી, ત્યારે આમાં ‹અલ્લાહુ› વચ્ચે કોઈ જગ્યા છોડતી નથી, સહેજ પણ જગ્યા નથી, આમાં એક ‹અલ્લાહુ› ‹ પર બીજો ‹અલ્લાહુ› ઊગવા માંડે છે. પછી ‹અલ્લાહુ અલ્લાહુ› ને બદલે ‹લાહુ, લાહુ, લાહુ› રહે છે અને જ્યારે તીવ્રતા લાવવામાં આવે છે અને તેને વધુ ઘટ્ટ કરવામાં આવે છે, ત્યારે ‹લા› પણ નીકળી જાય છે અને ‹હુ› રહે છે. પછી અંતે ‹હુ› ને બદલે માત્ર હમ જ રહે છે.

આ ‹હુ› મંત્ર ચોક્કસપણે નાશ પામનાર છે. સાધક આ મંત્રનો ઉપયોગ પોતાનો નાશ કરવા માટે કરે છે, આ તેના પોતાના મૃત્યુને આમંત્રણ છે, આ શરીરનું સામાન્ય મૃત્યુ નથી, પરંતુ તે મનનું છે, જે તમારો સંપૂર્ણ નાશ કરશે.

આ વસ્તુને આપણે મૃત્યુ કહીએ છીએ, તે આપણા અહંકારનો, આપણા મનનો બિલકુલ નાશ કરે છે. સત્ય એ છે કે તે આપણો નાશ કરતું નથી અને તે આપણને વિનાશથી બચાવે છે તે પણ સાચું છે. આ શરીર સંપૂર્ણપણે સડી જાય છે અને પડી જાય છે, જો આપણે તેમાં રહીશું તો આપણે અદૃશ્ય થઈ જઈશું, આ મૃત્યુ આપણને નવું શરીર આપે છે. એવું લાગે છે કે કોઈ તમારું જૂનું ઘર પડતું જોઈને તમને તેમાં ખોવાઈ ન જવા માટે કહે છે, તમને આમંત્રણ આપે છે અને કહે છે કે આવો અને તેના નવા મકાનમાં વસવાટ કરો. તેથી મૃત્યુ તમારો નાશ કરતું નથી, તે ફક્ત તમારા બરબાદ શરીરને દૂર કરે છે અને તમને એક નવું, સ્વસ્થ, વધુ તાજું શરીર આપે છે.

'ફના' એક સૂફી શબ્દ છે, તેનો અર્થ છે: વાસ્તવિક મૃત્યુ, વાસ્તવિક મૃત્યુ, જે ખરેખર તમારો નાશ કરે છે. તે અંદરની 'હું' ની લાગણીને વિખેરી નાખે છે. 'હુ' ના અવાજમાં એક રહસ્ય છુપાયેલું છે, જે તમારી 'હું' ની ભાવનાને તોડી નાખે છે.

ઘણા લોકોને લાગે છે કે એક અવાજ ‹હું› ને કેવી રીતે તોડી શકે! આપણને ખબર નથી કે ‹હું› શું છે. ‹હું› પણ એક ધ્વનિ છે. તેની વિરુદ્ધ અવાજો પણ છે, જેનો ઉપયોગ કરવામાં આવે તો તે ઓગળી જશે અને તૂટી જશે. નાશ પામશે. હજારો વર્ષોના ધ્યાન પછી એ અવાજો

શોધી કાઢવામાં આવ્યા છે, જે ‹હું› ના મારણ છે. ‹હું› એક સ્વર છે, ‹હુ› પણ એક સ્વર છે, ‹હુ› એ ‹હું›નુ મારણ છે, વિરોધી ઔષધ છે અને

તેથી ભય પણ ઉત્પન્ન થાય છે કે હું અદૃશ્ય થઈ જશે, તેથી ગભરાટ પણ ઉત્પન્ન થાય છે.

નગરમાં ‹હુ› નો ઉપયોગ કરવાથી ડરવાની જરૂર નથી. ભય ઊભો થાય છે, પણ ડરવાની જરૂર નથી, કારણ કે શહેરની તે બધી વસ્તુઓ નાશ પામ્યા વિના, તૂટ્યા વિના વાસ્તવિક જીવન નહીં મળે, પરંતુ ગભરાટ પણ ઠીક છે, કારણ કે માણસ પોતાને બચાવવા માંગે છે, વિચારે છે હા, ત્યાં છે. તેને ભૂંસી નાખવાનો કોઈ રસ્તો નથી.

તમે વિચારશો નહીં... જો તમે એક વ્યક્તિને વચ્ચે બેસાડી દો અને બાર જણ તેની આસપાસ હાથ બાંધીને એક વર્તુળમાં જોરથી ‹હૂ› બોલવાનું શરૂ કરી દે, તો તે વ્યક્તિ ધ્રૂજવા લાગશે અને ગભરાવા લાગશે. ભલે તે કંઈ ન કરે. પણ અંદર એક ભય પેદા કરે છે.

‘હુ’ મુશ્કેલી ઉભી કરી શકે છે, પરંતુ જે મિત્રોને આવી તકલીફ હોય તેઓએ યાદ રાખવું જોઈએ કે ભગવાનના માર્ગ પર વિનાશ સિવાય બીજો કોઈ રસ્તો નથી. તમારે તમારો નાશ કરવો પડશે, જો તમે ઇચ્છો તો તે પ્રાપ્ત કરો જેનો ફરીથી નાશ ન થઈ શકે.

મૃત્યુ એ અમૃતનું દ્વાર છે. જે મૃત્યુને સહેલાઈથી સ્વીકારે છે તેના માટે મૃત્યુનો અંત આવે છે. જે પોતાને બચાવે છે તે ગુમાવે છે અને જે ગુમાવે છે તે હંમેશ માટે બચે છે.

ત્રીજા ચરણમાં હું ‹હુ› ના અવાજનો ઉપયોગ કરું છું. ભૂતકાળમાં ઘણા અવાજોનો ઉપયોગ કરવામાં આવ્યો છે. દરેક ધ્વનિની વિશેષ અસર હોય છે, ઉદાહરણ તરીકે, હિન્દુઓએ ઓમના ધ્વનિનો ઉપયોગ કર્યો છે. તે તમને ખૂબ જ પરિચિત હોઈ શકે છે, પરંતુ હું ઓમના પક્ષમાં નથી. તે હૃદયની નીચે જતું નથી. તે હૃદયને સ્પર્શે છે અને પાછું ફરે છે અને ઊંડે સુધી જઈ શકતું નથી.

સૂફીઓમાં ‹હુ›નો ઉપયોગ થતો હતો. જ્યારે તમે જોરથી ‹હુ› કહો છો, ત્યારે તે કામકેન્દ્રમાં ઊંડે ઉતરે છે. તેથી આ અવાજનો ઉપયોગ ફક્ત અંદરને દુઃખ પહોંચાડવા માટે થાય છે. જ્યારે તમે ખાલી થાઓ ત્યારે જ આ અવાજ તમારી અંદર ફરશે. જો તમે દબાયેલા કચરાથી ભરેલા હો તો કંઈ થશે નહીં અને કેટલીકવાર આંતરિક સફાઈ વિના મંત્રનો ઉપયોગ કરવો જોખમી પણ છે. કારણ કે કમ્પ્રેશનનું દરેક સ્તર અવાજને અંદરથી બદલી નાખશે અને અંતિમ પરિણામ કંઈક એવું હશે જેની તમે કલ્પના પણ કરી ન હોય.

અપેક્ષિત નહીં - સંપૂર્ણપણે અનપેક્ષિત. દમનના દરેક સ્તર અવાજના માર્ગને બદલશે. બધું ખાલી હોય તો જ મંત્રનો ઉપયોગ કરી શકાય.

પ્રથમ બે પગલાઓમાંથી પસાર થયા વિના ‹હુ› નો ઉચ્ચાર ક્યારેય ન કરવો જોઈએ. જો તમે ન્યુરોટિક છો, તમે ન્યુરોસિસ ઓગળ્યું નથી,

તો ‹હુ› ઉચ્ચારવાથી તમે વધુ ન્યુરોટિક બનશો. તેથી ત્રીજા પગલામાં એકમાત્ર પગલું એ છે કે તમે કરી શકો તેટલા જોરથી, તમારી બધી શક્તિ સાથે, દસ મિનિટ માટે ‹હૂ-હૂ› કરો. આ સતત ઈજા છે. જ્યારે તમે ખાલી થાઓ છો, ત્યારે તે કામ કેન્દ્રના ઉંડાણમાં ઉતરે છે.

કામ કેન્દ્રને બે રીતે ઈજા થઈ શકે છે. પ્રથમ, કુદરતી રીતે. જ્યારે પણ તમે વિજાતીય વ્યક્તિ તરફ આકર્ષિત થાઓ છો, ત્યારે કામ કેન્દ્ર પર બહારથી હુમલો થાય છે. એ ઈજા પણ એક સૂક્ષ્મ તરંગ છે. શા માટે સ્ત્રીઓ પુરુષો તરફ આકર્ષાય છે કે પુરુષો સ્ત્રીઓ તરફ આકર્ષાય છે? પુરુષ અને સ્ત્રી વચ્ચે શું તફાવત છે? તે ફટકો હકારાત્મક અથવા નકારાત્મક વીજળીનો છે - એક સૂક્ષ્મ તરંગ. હકીકતમાં તે માત્ર અવાજ છે. તમે જોયું જ હશે કે પક્ષીઓ કામની અપીલ માટે અવાજનો ઉપયોગ કરે છે. તેના તમામ ગીતો શૃંગારિક છે. તેઓ વિશિષ્ટ અવાજો સાથે સતત એકબીજાને અથડાતા રહે છે. આ અવાજો વિજાતીય પક્ષીના કામ કેન્દ્રને અથડાતા હોય છે.

સૂક્ષ્મ વિદ્યુત તરંગો તમારા પર બહારથી હુમલો કરતા રહે છે. જ્યારે તમારાકામ કેન્દ્ર પર બહારથી હુમલો થાય છે, ત્યારે તમારી ઊર્જા બહારની તરફ વહેવા લાગે છે. તેના દ્વારા પ્રજનન થાય છે. તમારામાંથી બીજા કોઈ જીવનો જન્મ થશે.

'હુ' આ એનર્જી સેન્ટરને અંદરથી અથડાવે છે અને જ્યારે કામ કેન્દ્રને અંદરથી અથડાવે છે ત્યારે અંદરથી એનર્જી વહેવા લાગે છે. ઊર્જાનો આંતરિક પ્રવાહ તમને સંપૂર્ણપણે બદલી નાખે છે. તમે પરિવર્તિત છો, તમે તમારી જાતને જન્મ આપો છો.

તમારું પરિવર્તન ત્યારે જ થાય છે જ્યારે ઊર્જા બરાબર વિરુદ્ધ દિશામાં વહેવા લાગે છે. અત્યારે તે બહારની તરફ વહે છે, પણ પછી અંદરની તરફ વહેવા લાગે છે. ઊર્જાના આ ઉપર તરફના પ્રવાહને કુંડલિની કહેવામાં આવે છે. તમે શાબ્દિક રીતે અનુભવશો કે તે તમારી કરોડરજ્જુ નીચે વહે છે. તે જેટલું ઊંચું જશે, તેટલું ઊંચુ તમે વધશો અને જ્યારે આ ઉર્જા તમારા માથા પર, અંતિમ કેન્દ્રમાં, સહસ્રારમાં પહોંચશે, ત્યારે તમે શ્રેષ્ઠ વ્યક્તિ બનશો. જેને ગુરજીફ ‹મેન નંબર સેવન› કહે છે.

જ્યારે તમારી ઊર્જા કામ કેન્દ્રમાં હોય છે, ત્યારે તમે નંબર વન વ્યક્તિ છો. જ્યારે તમારા હૃદયના કેન્દ્રમાં થોડી ઉર્જા આવે છે ત્યારે તમે બીજા વ્યક્તિ બની જાઓ છો.

લાગણીશીલ વ્યક્તિ બનો. જ્યારે થોડી શક્તિ બુદ્ધિમાં પ્રવેશે છે ત્યારે તમે ત્રીજો માણસ બનો છો - બુદ્ધિશાળી માણસ. તે બધા સામાન્ય માનવી છે, કોઈને કોઈ રીતે અસ્વસ્થ, કેટલાક શારીરિક રીતે અસ્વસ્થ,

કેટલાક ભાવનાત્મક રીતે અસ્વસ્થ, કેટલાક બૌદ્ધિક રીતે અસ્વસ્થ છે. આ ત્રણેય મનુષ્યો માત્ર સામાન્ય માનવી છે.

ચોથા નંબરનો માણસ તે છે જે પોતાની ઉર્જા અંદરની તરફ લઈ જવા માંગે છે. જે ધ્યાન કરી રહ્યો છે, જે તેના ગાંડપણ, તેના વિભાજન અને સ્કિઝોફ્રેનિઆને દૂર કરવાનો પ્રયાસ કરી રહ્યો છે, અને જેમ જેમ આ ઉર્જા અંદર અને ઉપરની તરફ જાય છે, તેમ તેમ તમારી અંદર એક શ્રેષ્ઠ માનવીનું નિર્માણ થાય છે. આ વધુ સારો માણસ ઓછો ન્યુરોટિક, ઓછો ખંડિત અને વધુ સ્વસ્થ હશે.

પછી એક ક્ષણ આવે છે જ્યારે તે ઊર્જા તમારા અંતિમ કેન્દ્રમાંથી બ્રહ્માંડમાં મુક્ત થાય છે. તમે અતિમાનવી બનો છો અથવા તેના બદલે હવે માનવ નથી અને જ્યારે તમે માનવતાને પાર કરો છો, ત્યારે તમે ગાંડપણને પણ પાર કરો છો.

માણસ માટે અમુક અર્થમાં પાગલ બનવું અનિવાર્ય છે કારણ કે તે કોઈ અસ્તિત્વ નથી, તે એક માસ્ક છે. માનવ છે. માણસ અંત નથી, તે એક પ્રક્રિયા છે. તે જાનવર નથી, પરંતુ તે જે બનવાનો છે તે પણ નથી. તે એક સ્ટોપ છે. આ ન્યુરોસિસનું કારણ બને છે.

તમે હજી પ્રાણી નથી. તમારી અંદર સંપૂર્ણ પ્રાણીત્વ છે, પણ તમે પ્રાણી નથી. તે પ્રાણી તમને નીચે ખેંચતું રહે છે. આમાં કંઈ ખરાબ નથી. પ્રાણી બીજું કશું કરી શકતું નથી. તે તમને સતત કામ કેન્દ્ર તરફ ખેંચી રહ્યો છે, પરંતુ તે તમારું પ્રથમ કેન્દ્ર છે, છેલ્લી શક્યતા નથી. તમારી છેલ્લી સંભાવના એ સુપરમેન છે, તે તમને ઉપર ખેંચતો રહે છે.

આ વિરુદ્ધ દિશાઓમાં ખેંચાણ સ્કિઝોફ્રેનિયા તરફ દોરી જાય છે. તો એક ક્ષણે તમે ઉચ્ચ પરિમાણમાં છો, જાણે તમે સંત બની ગયા છો અને બીજી જ ક્ષણે તમે પ્રાણીની જેમ વર્તવાનું શરૂ કરો છો. હવે મન પાગલ થઈ જાય છે. તમે ન તો સંપૂર્ણ પ્રાણી બની શકો કે ન તો સંપૂર્ણ સંત. તો તમે જે કરો છો, તમે તમારી જાતને બે ભાગમાં વહેંચો છો. તમે તમારા પ્રાણીના ભાગને અર્ધજાગ્રતમાં ધકેલી દો છો અને સભાનપણે તમે કંઈક શ્રેષ્ઠ સાથે ઓળખો છો જે તમે નથી. શ્રેષ્ઠતાની આ સંભાવના આદર્શ છે, મુકામ છે.

તેથી જ્યાં સુધી તમે માણસથી આગળ વધશો નહીં ત્યાં સુધી તમે ગાંડપણ છોડી શકતા નથી. માણસ પોતે ગાંડપણ છે.

ત્રીજા પગલામાં હું તમારી ઉર્જા વધારવાના સાધન તરીકે ‹હુ› નો ઉપયોગ કરું છું. કેથાર્સિસના આ પ્રથમ ત્રણ તબક્કા વાસ્તવમાં ધ્યાન નથી, તે ધ્યાન માટેની તૈયારી છે. તે કૂદકો મારવાની તૈયારી છે, છલાંગ નહીં.

હુની રસાયણશાસ્ત્ર

ત્રીજા ચરણમાં, આપણે એક મંત્રનો ઉપયોગ કરી રહ્યા છીએ - હુ. તે એક સૂફી અવાજ છે, જેમ કે હિન્દુ અવાજ ઓમ, પરંતુ તે ઓમ કરતાં માણસને પ્રસ્તુત કરવા માટે વધુ ઉપયોગી છે. કારણ કે ઓમ બહુ નાજુક અવાજ છે. જ્યારે તમે ઓમ કહો છો ત્યારે તે ક્યારેય હૃદયની નીચે જતું નથી. તે બહુ આક્રમક નથી. તે ખૂબ જ અહિંસક છે. સૌથી અહિંસક અવાજોમાંનો એક છે ઓમ.

આ અવાજની શોધ વિવિધ પ્રકારના લોકો માટે કરવામાં આવી હતી. તે એવા લોકો માટે હતું જેઓ ખૂબ પ્રેમાળ અને અહિંસક લોકો હતા; તે એવા લોકો માટે હતું જેઓ સ્વાભાવિક રીતે સરળ અને સીધા લોકો હતા; તે ગામડાઓમાં પ્રકૃતિની વચ્ચે રહેતા લોકો માટે હતું; જેઓ અભણ હતા, ભણેલા ન હતા અને સંસ્કારી અને સભ્ય ન હતા તેમના માટે હતું. તેઓ પ્રાણીઓ જેવા હતા - શુદ્ધ, સરળ અને નિર્દોષ. તેના માટે ઓમનો અવાજ શોધાયો હતો. તે તેને બદલવા માટે પૂરતું હતું. આ ખૂબ જ નાજુક ઈજા છે-ઓમ. તે હૃદયને ખૂબ જ હળવાશથી અથડાવે છે. તે લોકો માટે તે પૂરતું હતું કારણ કે તેઓના હૃદય હતા. આ તમારા માટે કામ કરશે નહીં. તમારે ખૂબ જ હિંસક ફટકો જોઈએ છે.

સૂફીઓએ આ બીજો અવાજ શોધ્યો - હુ. તે અલ્લાહ-હુનો ભાગ છે. સૂફીઓ અલ્લાહ, અલ્લાહનો પાઠ કરે છે અને જ્યારે તમે તેને વારંવાર પુનરાવર્તન કરો છો ત્યારે તે અલ્લાહ હુ, અલ્લાહ હુ બની જાય છે. પછી તે પછી શરૂઆતનો ભાગ પડતો મૂકવામાં આવે છે, અલ્લાહને પડતો મૂકવામાં આવે છે, માત્ર હુ રાખવામાં આવે છે. એ પછી માત્ર ‹હુ, હુ, હુ› બાકી રહે છે. જ્યારે તમે ‹હુ› કહો છો, ત્યારે તે સીધા તમારા કામ કેન્દ્રમાં જાય છે. તે સીધો કામ કેન્દ્ર પર જાય છે. તે સીધો જ કામ કેન્દ્રમાં પ્રવેશે છે, તેને અથડાવે છે.

આજનો યુગ એટલો કાર્યકેન્દ્રી બની ગયો છે કે તમારે જાતીય ઉર્જા પર હુમલો કરવાની જરૂર છે. હૃદય હવે નથી. જો તમે ઓમ કહો

જો તમે પ્રયત્ન કરો છો, તો તમે એક દરવાજો ખખડાવશો જે ખાલી છે. હવે ત્યાં કોઈ રહેતું નથી. ગુરુત્વાકર્ષણનું કેન્દ્ર હવે ત્યાંથી કામ કેન્દ્ર માં શિફ્ટ થઈ ગયું છે. તમારું કેન્દ્ર હવે હૃદય નથી. જો તમે પ્રેમમાં કેન્દ્રિત હો તો હૃદય કેન્દ્રિત થઈ શકે છે, પરંતુ અત્યારે તમે પ્રેમમાં નહીં પણ કામમાં કેન્દ્રિત છો.

આજના યુગ માટે ‹હુ› અવાજ છે. તે તમારા કામ કેન્દ્રને સીધું અથડાવે છે. જો તમે ખરેખર ‹હૂ, હૂ, હૂ› સાથે જોરથી ફટકો મારશો,

તો તમે અંદરથી એક સૂક્ષ્મ ફટકો અનુભવશો અને જાતીય ઊર્જા બે રસ્તાઓમાંથી પસાર થઈ શકે છે. તે બહાર જઈ શકે છે, તે અંદર જઈ શકે છે.

જ્યારે તમે સ્ત્રી કે પુરુષ પ્રત્યે આકર્ષિત થાઓ છો, ત્યારે ઊર્જા બહારની તરફ જવા લાગે છે. વાસ્તવમાં, કોઈ સ્ત્રી અથવા પુરુષે તમારા પર બહારથી હુમલો કરવાનું શરૂ કર્યું. તે શાબ્દિક અર્થમાં પણ સાચું છે. જ્યારે તમને લાગે છે કે કોઈ સ્ત્રી તમને આકર્ષિત કરી રહી છે, તો જો તમે યોગ્ય ધ્યાન આપો છો, તો તમે જોશો કે તમારા કામ કેન્દ્રને સૂક્ષ્મ રીતે મારવામાં આવી રહ્યું છે. સ્ત્રીની ઉર્જા કે પુરુષની ઉર્જા તમારા તે કેન્દ્રને અથડાવી રહી છે. જ્યારે તમે ‹હુ› નો અવાજ કરશો ત્યારે જ તમને એ જ હિટ લાગશે, પરંતુ આ હિટ અંદરથી હશે અને જો તમે અંદરથી કામ કેન્દ્રને મારતા રહેશો તો એક દરવાજો ખુલશે અને ઉર્જા અંદરની તરફ જવા લાગશે તે તરફ વધવાનું શરૂ કરો.

એકવાર તમે આ ઊર્જાને ઉપર અને અંદરની તરફ કેવી રીતે ખસેડવી તે જાણી લો, પછી તમે ઉગ્ર ઉત્તેજનાનો અતિરેકનો અનુભવ કરશો જે તમે કોઈપણ સ્ત્રી કે પુરુષ સાથે અનુભવી શકતા નથી. આંતરિક જોડાણ થવાનું શરૂ થશે.

-ઓશો

કેનોપનિષદ

કેટલાક મહાધ્વનિઓ છે, મહાધ્વનિય એવી દવાઓ છે, જે તમામ વિકારો પર કામ કરે છે, જેમ કે, અત્યારે આપણે એક જ અવાજનો ઉપયોગ કરીએ છીએ - ગુંજારવ. આ એક મહાન અવાજ છે. તેની ઇજા એટલી ઊંડી છે કે વિવિધ વિકારો સાથે લડવાની જરૂર નથી. જો તે એક જ ફટકો અજપા સુધી પહોંચે તો તમામ વિકારો દૂર થઈ જશે.

આપણે બધા અલ્લાહ શબ્દથી પરિચિત છીએ. હુંકારનો ઉપયોગ અલ્લાહ શબ્દમાં પણ થાય છે અને જ્યારે કોઈ સાધક અલ્લાહનો ઉપયોગ કરે છે, ત્યારે તેનો ઉપયોગ થાય છે - અલ્લાહુ, અલ્લાહુ, અલ્લાહુ. પછી અલ્લાહ છોડે છે અને લહુ, લહુ, લહુ. પછી લા છૂટે છે, પછી હુ. હુ, હુ અને અંતે હુ ડૂબી જાય છે અને અજપા બને છે. જ્યારે હુ અજપા બની જાય છે, ત્યારે તમામ અવગુણો દૂર થઈ જાય છે.

તિબેટીયન મંત્ર મહામંત્ર છે - ઓમ મણિ પદ્મ હૂં. એ હુ, હુ નું સ્વરૂપ છે. ઓમ પણ હુની જેમ કામ કરી શકે છે, પરંતુ કદાચ હવે નહીં. જો ખૂબ જ સરળ લોકો હોય તો ઓમ પણ હુ તરીકે કામ કરે છે, પરંતુ જો ખૂબ

જટિલ લોકો હોય તો તે કામ કરતું નથી. કારણ કે ઓમને થયેલી ઈજા ખૂબ જ હળવી છે. હુની ઈજા ઘણી ઊંડી છે. ઘા ઊંડો છે.

ઓમની ઈજા ખૂબ જ હળવી છે. તે દવાની ખૂબ ઓછી માત્રા છે. તેનો ઉપયોગ એવા લોકો માટે થતો હતો કે જેઓ બહુ બીમાર નહોતા અને સાદા મનના લોકો હતા; નિર્દોષ લોકો હતા; હોંશિયાર ન હતા; ત્યાં કોઈ ચાલાકી ન હતી; અપ્રમાણિક ન હતો; સરળ હતા. ઓમ પૂરતું હતું. હોમિયોપેથીના નાના ડોઝથી તેમનો રોગ મટી ગયો. હવે આપણે એલોપથી વિના કરી શકતા નથી. એલોપેથિક કોણ છે? ઓમ હોમિયોપેથિક છે. હુની ઈજા ભયંકર છે, વધુ ને વધુ ઊંડે જતી જશે. જો તે અજપામાં ઉતરશે તો તે ગાયત્રી બની જશે અને તમામ દુર્ગુણો દૂર થઈ જશે. કોઈપણ મંત્રનો જાપ કરવાથી તે ગાયત્રી બની જાય છે.

આ સૂત્રનો અર્થ છે, ‹અજપગાયત્રી વિકારદંડો ધ્યાયઃ.

મનને કાબૂમાં રાખવું એ તેમની કોથળી છે.

તે સંન્યાસીઓના ખભા પર માત્ર એક જ વસ્તુ લટકતી હોય છે - દિવસના 24 કલાક મન પર નિયંત્રણ, મનમાંથી મુક્તિ, મનની પાર. તે તેના ખભા પર 24 કલાક છે.

તમે એક શબ્દ સાંભળ્યો હશે, વિચરતી. આ બહુ સરસ શબ્દ છે. તેનો અર્થ એ છે કે જેમના ખભા પર તેમનું ઘર છે, વિચરતીઓ. ખોરાક એટલે ઘર, દવા, ખોરાક એટલે ઘર. દોષ એટલે ખભા, બદોષ એટલે ખભા ઉપર. જેઓ પોતાનું ઘર પોતાના ખભા પર લઈ જાય છે તેમને વિચરતી-ભટકતા લોકો કહેવામાં આવે છે. જેમની પાસે ઘર નથી, તેમના ખભા પર જ ઘર છે.

સંન્યાસી પણ ચોવીસ કલાક પોતાના ખભા પર માત્ર એક જ વસ્તુ રાખે છે - મન પર નિયંત્રણ. એ એનો અખંડ શ્વાસનો પ્રવાહ છે, મનની પેલે પાર હું કેવી રીતે જઈ શકું?

કારણ કે સત્ય વિશ્વાસની બહાર છે. મનથી આગળ કેવી રીતે જવું? કારણ કે અમરત્વ અમર છે.

મનથી આગળ કેવી રીતે જવું? કારણ કે ભગવાન નિયંત્રણની બહાર છે.

મુલાકાત લઈ શકાય. ધ્યાન એ તેમનો માર્ગ છે.

-ઓશો

નિર્વાણ ઉપનિષદ રૂ. 9

જ્યારે તમે તમારા રોગો અને દબાયેલી લાગણીઓથી મુક્ત થશો. જ્યારે તમે તમારી અંદર રહેલી પરેશાનીઓને બહાર કાઢશો ત્યારે જ ત્રીજા તબક્કાનો ઉપયોગ કરી શકાય છે. કારણ કે ત્રીજું ચરણ એક

મહામંત્ર છે. આ મહામંત્ર એક ધ્વનિ છે ‹હુ. હુ. હુ›. આ અવાજ એટલો જોરથી કરવાનો છે કે તમારું આખું શરીર અને આત્મા તેમાં સામેલ થઈ જાય, તમારું મન પણ ગુંજી ઉઠે. તમારું શરીર પણ ગુંજી ઉઠ્યું. તમારી અંદર એવું કંઈ ન રહેવું જોઈએ જે કંઈ ન કરી રહ્યું હોય. તમારા દરેક કોષ, દરેક શ્વાસ, તમારા દરેક રુદન ‹હુ› ના નાદથી ભરાઈ જાય. આ અવાજ ખાલી હોય ત્યારે જ વાપરી શકાય છે. જ્યારે તમે ગાંડપણથી ભરેલા હો અને ગાંડા અવાજો તમારી અંદર હોય અને તમારી અંદર એક ટોળું ફરતું હોય, ત્યારે આ ‹હુ› નો અવાજ તમારી અંદર પ્રવેશી શકતો નથી. જ્યારે તમે સાવ ખાલી થઈ જાઓઅને અંદરથી મૌન અને શૂન્ય થઈ જાઓ, ત્યારે આ ‹હુ› નો અવાજ તમારી અંદર છુપાયેલી વિશાળતાને અથડાવા લાગે છે.

આ હુ અવાજના ઘણા પરિણામો છે. સૌપ્રથમ, જેમ જેમ તમે આ ગર્જનાથી ભરવાનું શરૂ કરો છો, તરત જ તમારી જાતીય ઉર્જા, તમારું કામ કેન્દ્ર, અંદરથી અથડાવા લાગે છે અને માણસ પાસે જે શક્તિ છે તે માત્ર એક જ છે, તે છે જાતીય ઊર્જા. જો જાતીય ઊર્જા બહારની તરફ વહે છે, તો તે જૈવિક સંતાનોના ઉત્પાદનમાં પરિણમે છે. જો જાતીય ઊર્જા અંદરની તરફ વહેવા લાગે છે, તો આધ્યાત્મિક જન્મ શરૂ થાય છે.

કામ ઊર્જા પ્રોક્રિએટિવ છે. જાતીય કેન્દ્રની ઇજા સામાન્ય રીતે બહારથી થાય છે. એક પુરુષ સ્ત્રીને જુએ છે અને તમારા જાતીય કેન્દ્રમાં ઈજા થાય છે. સ્ત્રી પુરુષ પ્રત્યે આકર્ષાય છે અને તરત જ તેના જાતીય કેન્દ્રને બહારથી મારવા લાગે છે. આ ઈજા માત્ર ઇલેક્ટ્રિકલ ઈજા છે. પુરુષ એક પ્રકારનો વિદ્યુત છે અને સ્ત્રી એક પ્રકાર છે અને બંને વીજળીના વિરોધી ધ્રુવો છે. એકબીજાને આકર્ષિત કરો. પરંતુ આ આકર્ષણ

ઈજા હંમેશા બહારથી થાય છે અને જ્યાંથી ઈજા થાય છે ત્યાંથી જાતીય ઉર્જા તે દિશામાં વહેવા લાગે છે.

હૂ ના અવાજ એ દુઃખ પહોંચાડવાનો પ્રયાસ છે. જ્યારે તમે જોરથી ‹હુ› બૂમો પાડો છો, ત્યારે ‹હુ› નો અવાજ તમારી અંદર જાય છે અને નાભિની બરાબર નીચે કામ કેન્દ્ર પર અથડાય છે. આ એક જ કેન્દ્ર પર અંદરથી હુમલો છે અને આ હુમલો એટલા બળથી કરવાનો છે કે કેન્દ્ર અંદરથી તૂટી જાય અને જેમ આ કેન્દ્ર અંદરથી તૂટી જાય. તમારી અંદર એક નાનું છિદ્ર અને ઉર્જા પણ ઊગવા લાગે છે. જે યોગને કુંડલિની કહે છે અને ઘણા જુદા જુદા નામ આપ્યા છે. નામથી કોઈ ફરક પડતો નથી. કામ ઉર્જા પોતે અંદરની તરફ વળે છે અને આધ્યાત્મિક શક્તિ બની જાય છે. તમે આનો સીધો અનુભવ કરશો, જેવી પીડા શરૂ થશે, તમારી જાતીય ઉર્જાનો પ્રચંડ પ્રવાહ ઉપરની તરફ વધવા લાગશે. તમે તેને

શરીર દ્વારા પણ અનુભવશો. તમારી કરોડરજ્જુમાં એક નવો પ્રવાહ શરૂ થઈ રહ્યો છે, કરોડરજ્જુ ગરમ થવા લાગશે, જેમ કે કોઈ ગરમ લાવા અંદર વહી રહ્યો છે અને જેમ જેમ આ લાવા તમારી કરોડરજ્જુ ઉપર જવાનું શરૂ કરશે, તમે જોશો, તમે બદલાવાનું શરૂ કરો છો, તમે અન્ય લોકોથી અલગ થશો તેવું થઈ રહ્યું છે, એક નવો માણસ ઊભો થવા લાગ્યો.

તમારી કરોડરજ્જુમાં જાતીય ઉર્જાનો આ પ્રવાહ જેટલો ઊંચો જાય છે, તેટલા ઊંચા બિંદુઓથી તમે જીવનને જોવાનું શરૂ કરો છો. કામ કેન્દ્ર પર ઉભી રહેલી ઉર્જા શરીરથી વધુ કંઈ અનુભવી શકતી નથી. આ સૌથી નીચું બિંદુ છે અને તમારા શરીરમાં આવા સાત ચક્રો છે. દરેક ચક્ર દાખલ થાય છે અને તમે દરેક નવા શરીરનો અનુભવ કરવાનું શરૂ કરો છો. સાતમા ચક્ર પર તમે તે સ્થાનનો અનુભવ કરો છો જેને આપણે મોક્ષનું ઘર નામ આપ્યું છે. કારણ કે તે જગ્યાએથી તમે શારીરિક, અભૌતિક, અભૌતિકનો અનુભવ કરવાનું શરૂ કરો છો.

કેટલીકવાર આ એક ક્ષણમાં થઈ શકે છે, ક્યારેક તે લાંબો સમય લઈ શકે છે. તે તમારી તીવ્રતા પર નિર્ભર કરશે, તમે કેટલી ઊંડે સુધી ફટકો છો.

તેથી ત્રીજા તબક્કામાં, હુને એટલો ફટકો મારવો પડે છે કે શક્તિનું આ કેન્દ્ર અંદરથી બહાર નીકળવાનું શરૂ કરે છે અને આ કેન્દ્રમાંથી વિદ્યુત પ્રવાહ તમારી કરોડરજ્જુમાં ઉપર તરફ જવા લાગે છે.

-ઓશો

ધ્યાનનું કમળ રૂ. 10

'હુ' મંત્રનો ઉચ્ચાર ક્યારે અને શા માટે કરવો?

સૂફીઓએ ‹હુ› ધ્વનિનો ઉપયોગ કર્યો છે અને જો તમે આ અવાજનો ઉચ્ચાર જોરથી કરો છો, તો તે તમારા કામ કેન્દ્રમાં ઊંડે સુધી જાય છે. આ અવાજનો ઉપયોગ અંદરથી દુઃખ પહોંચાડવા માટે થાય છે. જ્યારે તમે તમારી અંદર ખાલી કે ખતમ થઈ જાઓ ત્યારે જ આ અવાજ તમારી અંદર પ્રવેશી શકે છે. જ્યાં સુધી તે ખાલી હોય ત્યાં સુધી અવાજની ગતિ અંદર શક્ય છે. જો તમે દમનથી ભરેલા હો તો કંઈ થશે નહીં અને જો તમે દમનથી ભરેલા હોવ તો ક્યારેક કોઈ મંત્ર અથવા ધ્વનિનો પાઠ કરવો ખતરનાક બની શકે છે કારણ કે દરેક દમન અંદરના અવાજને બદલી નાખશે અને અંતિમ પરિણામ એવું બની શકે જે તમે પહેલાં ક્યારેય સાંભળ્યું ન હોય તમે જે કહેવા માગતા હશો તેનું સપનું પણ જોયું હશે, જેની કદાચ તમે ક્યારેય અપેક્ષા ન કરી હોય, કારણ કે દમનના દરેક સ્તર અવાજનો માર્ગ બદલી નાખશે. તમારે ખાલી મન જોઈએ તો જ મંત્રનો ઉપયોગ કરી શકાય.

તેથી હું ક્યારેય કોઈને મંત્ર સુચવતો નથી. પ્રાચીન ભારતમાં, કેટલાક મંત્રો એવા હતા જે ફક્ત તપસ્વીઓ માટે હતા અને ગૃહસ્થો માટે નહોતા. પરિવારોને આનો ઉપયોગ કરવાની મંજૂરી આપવામાં આવી ન હતી કારણ કે ઘરોમાં વિવિધ સિસ્ટમો છે. ‹હુ› નો અવાજ તેમને ભ્રમિત કરી શકે છે, તેથી માત્ર સન્યાસીઓને અમુક મંત્રોનો ઉપયોગ કરવાની છૂટ હતી. પ્રાચીન કાળમાં, ખાસ કરીને તિબેટમાં, જ્યારે પણ કોઈ સાધુને મંત્ર આપવામાં આવતો હતો, ત્યારે તેણે એક ફૂલને સ્પર્શ કરવો પડતો હતો, ડાળી પરના જીવંત ફૂલ અને જો તે ફૂલ તેના સ્પર્શને કારણે સુકાઈ જાય છે, તો તેને તે મંત્ર આપવામાં આવતો હતો કારણ કે તે મંત્રના કારણે તે મંત્રનું કારણ બને છે. તેની અંદર સૂક્ષ્મ મૃત્યુ. ઘરવાળાને આ પ્રયોગ કરવાની મંજૂરી ન હતી કારણ કે પછી મૃત્યુ તેની આસપાસ પ્રદક્ષિણા કરવા લાગશે.

જો તમે પાગલ છો અને તમારી જાતને ગાંડપણમાંથી મુક્ત નથી કરી, તો ‹હુ› અવાજ તમને વધુ પાગલ બનાવી શકે છે. તેથી સક્રિય ધ્યાનના ત્રીજા તબક્કામાં જ, આ ‹હુ› અવાજનો દસ મિનિટ સુધી ઉપયોગ કરવો પડે છે, તમે કરી શકો તેટલા જોરથી. તમારી બધી શક્તિ તેમાં લગાવો. તે ઈજા જેવું કામ કરે છે. જ્યારે તમે ખાલી હો, ત્યારે આ ‹હુ› અવાજ અંદરથી અંદર જાય છે અને કામ કેન્દ્રને અથડાવે છે.

કાર્ય કેન્દ્ર બે રીતે ઘાયલ થઈ શકે છે. પ્રથમ કુદરતી છે. જ્યારે પણ તમે વિજાતીય, કામ કેન્દ્ર તરફ આકર્ષિત થાઓ છો

ઈજા બહારથી થાય છે અને આ ઈજા વાસ્તવમાં સૂક્ષ્મ કંપન છે. પુરુષ સ્ત્રી પ્રત્યે આકર્ષાય છે કે સ્ત્રી પુરુષ પ્રત્યે આકર્ષાય છે. તેઓ શા માટે આકર્ષાય છે? માણસમાં શું છે? સ્ત્રીમાં શું છે? સકારાત્મક અથવા નકારાત્મક ઊર્જા તેમને સ્પર્શે છે, એક સૂક્ષ્મ કંપન. વાસ્તવમાં તે એક અવાજ છે. તમે પક્ષીઓમાં જોયું જ હશે કે તેઓ જાતીય આકર્ષણ માટે અવાજનો ઉપયોગ કરે છે. તેના તમામ ગીતો જાતીય ઉર્જાથી ભરપૂર છે. તેઓ સતત અવાજ સાથે એકબીજા પર હુમલો કરે છે. આ અવાજો વિજાતીય વ્યક્તિના કામ કેન્દ્રને અથડાવે છે.

વીજળીના સૂક્ષ્મ તરંગો તમને બહારથી અથડાવી રહ્યા છે. જ્યારે તમારું કામ કેન્દ્ર બહારથી અથડાય છે, ત્યારે ઊર્જા બહારની તરફ વહેવા લાગે છે. પ્રજનન તેના દ્વારા થાય છે, કોઈ અન્ય તમારામાંથી જન્મ લેશે.

આ ‹હુ› ધ્વનિ એ જ ઉર્જા કેન્દ્રને અંદરથી અથડાવે છે અને જ્યારે કામ કેન્દ્ર અંદરથી અથડાય છે, ત્યારે ઊર્જા અંદરની તરફ વહેવા લાગે છે. અંદર વહેતી ઊર્જા તમને સંપૂર્ણપણે બદલી નાખે છે. તમે પરિવર્તિત છો. તમે તમારી જાતને જન્મ આપો છો.

ચોથું પગલું

જેમ જેમ દસ મિનિટનું સંગીત બંધ થાય છે, થોભવાના અવાજ સાથે, તમે પંદર મિનિટ માટે તમે ગમે તે મુદ્રામાં હો ત્યાં ઊભા રહેશો, જેમ બાળકો મૂર્તિઓની રમત રમે છે, તે જ રીતે પ્રતિમા પથ્થરની જેમ મૂર્તિમંત બની જશે. આ સંકલ્પનો તબક્કો છે, સંકલ્પ વધુ મજબૂત બનશે. નબળા નિશ્ચયને લીધે આપણે વારંવાર નિરાશ થવું પડે છે. તમે જેમ છો તેમ પંદર મિનિટ ઊભા રહો.

ઓશો ઉપદેશો

ત્રીસ મિનિટમાં તમારું શરીર થાકી જશે, તમારી જીવનશક્તિ થાકી જશે, તમારી માનસિક શક્તિ થાકી જશે. આ ત્રણેય સ્ટેજ ત્રણેયને થાકી જશે અને ત્રીસ મિનિટમાં તમારે સ્ટ્રેસ અને ટેન્શનની એવી પરાકાષ્ઠા પર પહોંચવાનું છે, તમારે આ બધું એટલી તાકાતથી કરવાનું છે કે ત્રીસ મિનિટમાં જાણે તમે મરી જશો.

ત્રીસ મિનિટ પછી હું તમને કહીશ કે હવે થોભો. કેટલાક બેઠા હશે, કેટલાક પડ્યા હશે, કેટલાક ઊભા હશે, જે થશે તે જ રહેશે. તે સમયે તમારે તમારી બાજુથી કંઈ કરવાનું નથી. તમે પડ્યા છો તો પડ્યા જ રહેશો, બેઠા છો તો બેઠા જ રહેશો, ઊભા છો તો ઊભા જ રહેશો. એવું નથી કે તમે ઉભા છો તો બાજુ પર બેસી જાઓ. તે સમયે તમે ગમે તે સ્થિતિમાં હશો અને શું થઈ રહ્યું છે તે જોવા માટે માત્ર પંદર મિનિટ રાહ જોશો.

એ પંદર મિનિટમાં તમને ઘણા અનુભવો થશે. દરેક વ્યક્તિ પંદર મિનિટમાં સરળતાથી શાંતિનો અનુભવ કરશે. તમારા અડધાથી વધુ મિત્રો પણ ખુશ થશે. હજુ વધુ મિત્રો પ્રકાશનો અનુભવ કરશે. કેટલાક મિત્રોને રંગોનો અનુભવ થશે. કેટલાક મિત્રો સુગંધનો અનુભવ કરશે અને છતાં દરેકને અલગ-અલગ અનુભવ થશે.

આ અનુભવનો પ્રવાહ અંદરથી વહેવા લાગશે, આપણે તેને સાક્ષીભાવથી જોતા રહેવું પડશે. આ અનુભવો આધ્યાત્મિક નથી, આ અનુભવો માનસિક છે, પરંતુ આધ્યાત્મિકતા તરફની ગતિના સૂચક છે. આ બધું ખોવાઈ જશે, કેટલાક મિત્રો પણ ચાર દિવસમાં ખોવાઈ જશે, માત્ર શૂન્યતા જ રહેશે અને એ શૂન્યતામાં આપણે જેને નિરાકાર ભગવાન, બ્રહ્મા, આત્મા કહીએ છીએ, તેના માટે કયો શબ્દ વાપરી શકાય - તેની અનુભૂતિ, તેનો સ્વાદ, તેનો સાર અનુભવાવા લાગશે.

ત્રીજા પગલામાં હું તમારી ઉર્જા વધારવાના સાધન તરીકે ‹હુ› નો ઉપયોગ કરું છું. આ પ્રથમ ત્રણ તબક્કા કેથેર્સિસના છે. હકીકતમાં તે ધ્યાન નથી, તે ધ્યાનની તૈયારી છે. તે છલાંગ લેવાની તૈયારી છે, છલાંગ નહીં.

ચોથું પગલું એ છલાંગ છે. ચોથા ચરણમાં કહું છું, બસ સાક્ષી બનો. એક સભાન જાગૃતિ. કંઈ કરવાનું નથી, બસ જુઓ. કોઈ પ્રવૃત્તિ, કોઈ ઇચ્છા, કોઈ બનવું, ફક્ત આ ક્ષણમાં હોવું. તમારા કેન્દ્રમાં. આ પ્રથમ ત્રણ પગલાંને લીધે સ્વમાં રહેવું શક્ય છે. આ ત્રણ કર્યા વિના તમે તમારી સાથે રહી શકતા નથી. તમે તેના વિશે વાત કરી શકો છો, તેના વિશે વિચારી શકો છો, તેના વિશે સ્વપ્ન કરી શકો છો, પરંતુ ઘટના બનશે નહીં કારણ કે તમે તૈયાર નથી.

પ્રથમ ત્રણ પગલાં તમને તૈયાર કરશે જેથી તમે ક્ષણમાં સભાનપણે જીવી શકો. આ ધ્યાન છે અને આ ધ્યાનમાં કંઈક એવું બને છે જે શબ્દોની બહાર છે. એકવાર તે થાય પછી તમે સમાન નહીં રહો. આ અશક્ય છે. આ એક વિકાસ છે. તે માત્ર અનુભવ નથી, વિકાસ છે. આ ખોટી પદ્ધતિ અને વાસ્તવિક પદ્ધતિ વચ્ચેનો તફાવત છે. તમે ખોટી પદ્ધતિમાં અનુભવ મેળવી શકો છો, પરંતુ તમે ફરીથી પડી જશો. તે એક ઝલક હતી, વિકાસની નહીં. એલસીડી આ સાથે થઈ શકે છે. તમને એક ઝલક મળશે. આ અન્ય પદ્ધતિઓ સાથે કરી શકાય છે. તમને એક ઝલક મળશે, અનુભવ મળશે અને પછી તમે નીચે પડી જશો કારણ કે તમે વિકસિત નથી થયા. તમે અનુભવ્યું છે. તમને અનુભવ થયો નથી. જો કોઈ બાળક સપનું જુએ કે તે યુવાન થઈ ગયો છે, તો તે એક ઝલક જોઈ શકે છે, પરંતુ તે માત્ર એક સ્વપ્ન છે. આ સપનું તૂટી જશે અને તે ફરીથી બાળક બની જશે, પરંતુ જો તમે મોટા થઈને યુવાન બની ગયા છો તો તમે ફરીથી બાળક નહીં બની શકો. આ વાસ્તવિક વિકાસ છે.

તેથી કોઈ પદ્ધતિ નકલી છે કે વાસ્તવિક છે તે તપાસવાનો આ માપદંડ છે. ત્યાં નકલી પદ્ધતિઓ પણ છે જે કરવા માટે સરળ છે. તેઓ તમને ક્યાંય લઈ જતા નથી.

જો તમે માત્ર અનુભવો પાછળ દોડી રહ્યા છો, તો તમે કોઈપણ બનાવટી પદ્ધતિનો શિકાર થશો. વાસ્તવિક પદ્ધતિને અનુભવો સાથે કોઈ લેવાદેવા નથી, વાસ્તવિક પદ્ધતિને વાસ્તવિક વિકાસ સાથે લેવાદેવા છે. તેમાં અનુભવો છે, તે અર્થહીન છે, મને વિકાસની ચિંતા છે, અનુભવોની નહીં. જેમ જેમ અનુભવ વિકસિત થશે તેમ તેમ ઘટનાઓ બનશે.

તમે એવી રીતે વિકાસ કરો કે તમે એક બનો, તમે પૂર્ણ બનો. સ્વસ્થ થાઓ. આ સ્વાસ્થ્ય તમારા પર લાદી શકાય નહીં. સમાજ તમારા પર સ્વાસ્થ્ય લાદી રહ્યો છે જેથી તમે અંદરથી અસ્વસ્થ રહો અને સ્વાસ્થ્ય એક ભ્રમ બની રહે.

હું તમારા પર કંઈ લાદીશ નહીં. તેના બદલે, હું તમારું ગાંડપણ બહાર લાવીશ. જ્યારે તે સંપૂર્ણપણે બહાર આવે છે. જો તેને આકાશમાં ફેંકવામાં આવે તો સ્વાસ્થ્ય પ્રાપ્ત થાય છે. તમે વધશો.

પગલું 4: ખલેલ અચાનક બંધ

પ્રથમ પગલું તમારા પ્રાણને બદલવાનું છે, તમારી શ્વાસ લેવાની પ્રક્રિયાને બદલવાનું છે. બીજું પગલું એ તમારી દબાયેલી લાગણીઓને, તમારા મનના દબાયેલા ભાગોને ફેંકી દેવાનું છે અને ત્રીજું પગલું એ છે કે તમારી જીવન ઊર્જાને ઉપર તરફ લઈ જવી અને જ્યારે ઊર્જા ઉપરની તરફ જવા લાગે છે, અને તમારે કંઈ કરવાનું નથી. તેથી જ હું હંમેશા આગ્રહ રાખું છું કે ખસેડશો નહીં. જ્યારે હું ત્રીજા સ્ટેપમાં ‹સ્ટોપ› કહું છું, ત્યારે સંપૂર્ણપણે રોકો. કશું કરશો નહીં. કારણ કે જો તમે બીજું કંઈ કરો છો, તો તે તમને વિચલિત થવાનું કારણ બનશે અને તમે આખો મુદ્દો ચૂકી જશો. સહેજ વાત, ઉધરસ કે છીંક અને તમે આખી વાત ચૂકી જશો કારણ કે મન વિચલિત થઈ ગયું છે. પછી પ્રવાહ સંપૂર્ણપણે બંધ થઈ જશે કારણ કે તમારું ધ્યાન બીજે ક્યાંક જશે.

કશું કરશો નહીં. તમે મરવાના નથી. જો તમને છીંક આવે અને તમે દસ મિનિટ સુધી છીંક ન લો તો પણ તમે મૃત્યુ પામશો નહીં. જો તમને ક્યાંક ઉધરસ કે ખંજવાળ હોય અથવા ગળામાં દુખાવો હોય અને તમે કંઈ ન કરો તો તમે મૃત્યુ પામશો નહીં. ડરશો નહીં, આજ સુધી કોઈ મૃત્યુ પામ્યું નથી. જ્યાં સુધી શરીરનો સંબંધ છે, મૃત બની જાઓ, જેથી ઊર્જા એક પ્રવાહમાં આગળ વધી શકે.

જેમ જેમ ઉર્જા ઉપરની તરફ વહે છે તેમ તમે વધુ ને વધુ મૌન બનશો. મૌન એ ઉપરની તરફ વહેતી ઊર્જાનું સહ-ઉત્પાદન છે અને તણાવ એ નીચે તરફ વહેતી ઊર્જાનું સહ-ઉત્પાદન છે. જ્યારે ઊર્જા નીચેની તરફ વહેતી હોય ત્યારે તમે વધુને વધુ તકલીફમાં રહેશો.

જ્યારે ઊર્જા ઉપર અને અંદરની તરફ વહેતી હોય ત્યારે તમે વધુને વધુ શાંત, શાંત, સ્થિર રહેશો અને આ બે શબ્દો ‹નીચે› અને ‹બહાર› બંને સમાનાર્થી છે અને ‹અંદર› અને ‹ઉપર› પણ સમાનાર્થી છે. તમે એકદમ મૌન બની જાઓ છો અને ઊર્જા પૂરની જેમ વહી રહી છે તેથી તે બધા ચક્રોમાંથી પસાર થાય છે, બધા કેન્દ્રોમાંથી પસાર થાય છે અને જ્યારે તે બધા ચક્રોમાંથી પસાર થાય છે ત્યારે તે તેમને સાફ કરે છે, શુદ્ધ કરે છે. તે તેમને સક્રિય કરે છે અને જીવંત બનાવે છે અને તે પૂર છેલ્લા ચક્ર સુધી જાય છે.

કામ એ પહેલું ચક્ર છે, સૌથી નીચું અને આપણે સૌથી નીચલા ચક્ર પર જ જીવીએ છીએ. તેથી આપણે જીવનને ન્યૂનતમ રીતે જાણીએ છીએ. જ્યારે ઉર્જા ઉપર તરફ વહે છે અને છેલ્લા ચક્ર - સહસ્રાર સુધી પહોંચે છે - ત્યારે ઉર્જા મહત્તમ હોય છે. જીવન તેની શ્રેષ્ઠ સ્થિતિમાં છે. ત્યારે તમને લાગશે કે આખી દુનિયા શાંત થઈ ગઈ છે. સહેજ પણ અવાજ આવતો નથી. જ્યારે ઊર્જા તેના છેલ્લા, અંતિમ ચક્ર પર આવે છે ત્યારે બધું સંપૂર્ણપણે શાંત થઈ જાય છે.

તમે પ્રથમ ચક્ર જાણો છો, તેમાંથી સમજવું વધુ સારું રહેશે. જ્યારે કામ કેન્દ્રમાં એનર્જી આવે છે ત્યારે તમે સંપૂર્ણપણે ટેન્શનથી ભરાઈ જાઓ છો. તાવથી આખું શરીર બળવા લાગે છે. તમારો દરેક કોષ સંતુષ્ટ થાય છે. તમારું તાપમાન વધે છે, તમારું બ્લડ પ્રેશર વધે છે, તમારા શ્વાસમાં ખલેલ પડે છે. તમારું આખું શરીર અસ્થાયી અવસ્થામાં આવે છે - સૌથી નીચે છેલ્લા ચક્રમાં બરાબર વિપરીત થાય છે. તમારું શરીર એટલું ઠંડુ, એટલું શાંત બની જાય છે કે જાણે તે ઓગળી ગયું હોય. તમે તેનો અહેસાસ પણ કરી શકતા નથી. તમે શરીરહીન બની જાઓ છો. જાણે શરીરનું અસ્તિત્વ જ નથી અને જ્યારે તમે શાંત થાઓ છો, ત્યારે સમગ્ર અસ્તિત્વ પણ શાંત થઈ જાય છે કારણ કે અસ્તિત્વ એ અરીસા સિવાય બીજું કંઈ નથી, તે તમને પ્રતિબિંબિત કરે છે. તે તમને હજારો અને હજારો અરીસાઓમાં પ્રતિબિંબિત કરે છે. જ્યારે તમે શાંત થાઓ છો, ત્યારે સમગ્ર અસ્તિત્વ પણ શાંત થઈ જાય છે.

-ઓશો
કેનોપનિષદ

શરીરને સમાયોજિત કરશો નહીં

સક્રિય સવારના ધ્યાનના ચોથા તબક્કામાં, શરીરને મૃત અને સ્થિર રાખવાના પ્રયાસમાં, વ્યક્તિ તંગ બની જાય છે. આ સંપૂર્ણ આરામ

અને પોતાની જાતને છોડી દેવાનો તબક્કો હોવાથી, વ્યક્તિ કેવી રીતે આરામમાં જાય છે અને તે જ સમયે સ્થિર રહે છે? આનંદને બદલે તે તણાવ બની જાય છે.

મૃત વ્યક્તિ સંપૂર્ણ આરામમાં છે. તે તણાવપૂર્ણ હોઈ શકે નહીં. મૃત વ્યક્તિ તણાવથી ભરેલી ન હોઈ શકે કે તે કરી શકે? તે આરામમાં છે કારણ કે ત્યાં કોઈ અહંકાર બાકી નથી જેના પર ભાર મૂકી શકાય. માત્ર અહંકાર તણાવમાં છે. તેથી ચોથા તબક્કામાં, જ્યારે હું કહું છું કે મૃત બની જાઓ, તો મારો અર્થ એ છે કે મૃત માણસની જેમ હળવા થાઓ. તમારે શાંત અને મૃત બનવાનો પ્રયત્ન કરવાની જરૂર નથી. જો તમે પ્રયત્ન કરશો તો તેના ખૂબ જ પ્રતિકૂળ પરિણામો આવશે. શાંત રહેવાનો પ્રયાસ કરશો નહીં, મરવાનો પ્રયાસ કરશો નહીં. બસ આરામ કરો અને મરી જાઓ.

આ બે અલગ અલગ વસ્તુઓ છે. જો તમે મૃત બનવાનો પ્રયત્ન કરશો તો તમારું આખું શરીર તણાવથી ભરાઈ જશે અને જ્યારે તમે તણાવથી ભરાઈ જાઓ છો ત્યારે તમે મૃત ન હોઈ શકો, તમે આરામ કરી શકશો નહીં. ફક્ત શરીરને ઢીલું છોડી દો, જાણે કે તે અસ્તિત્વમાં નથી, જાણે તે મરી ગયું છે. તેને મારવાના કોઈ પ્રયાસો ન કરો. ફક્ત આરામ કરો અને અનુભવો કે શરીર મરી ગયું છે અને તમારે તેના વિશે કંઈ કરવાનું નથી.

હું તમને કહેતો આવ્યો છું કે ભલે તમને છીંક આવે, છીંક ન આવે, ખાંસી ન આવે, પણ જો તમને ગળું દુખતું હોય તો તમે શું કરશો? જો તમે તેને રોકવાનો પ્રયત્ન કરો છો, તો તે વધુ ઝડપી બનશે. જો તમે તેને રોકશો, તો તે વધુ મજબૂત બનશે કારણ કે તે એક પ્રકારનું દમન છે અને તમારે ખાંસી કરવી પડશે અથવા જો તમને છીંક આવવાનું મન થશે, તો તમે શું કરશો? જો તમે તેને રોકશો તો તે વધુ મજબૂત બનશે. તે પહેલા કરતા પણ વધુ જોરથી આવશે.

પરંતુ એક રસ્તો છે, જો તમને લાગે કે તમારા ગળામાં દુખાવો થઈ રહ્યો છે અને તમે ખાંસી કરવા માંગો છો, તો ગળાને ઢીલું છોડી દો. તેને રોકશો નહીં, ફક્ત ગળું ઢીલું કરો. દુ:ખાવા પ્રત્યે ઉદાસીન બનો અને ગળું ઢીલું છોડી દો. તેને તાણશો નહીં કારણ કે તાણ વધુ દુખાવો કરશે. ગળા સુધી છૂટા થવા દો અને તેના પ્રત્યે ઉદાસીન રહો. એવું અનુભવો કે તેને તમારી સાથે કોઈ લેવાદેવા નથી અને થોડીવારમાં દુખાવો દૂર થઈ જશે. જો તમને લાગે કે તમને છીંક આવી રહી છે, તો તેનાથી ઉદાસીન રહો, તેના વિશે કંઈ ન કરો. તે ભાગને આરામ આપો જ્યાં તમને છીંક આવવાનું બળ લાગે છે અને તેનાથી ઉદાસીન બનો.

એ ઉદાસીનતા સોમાંથી નેવું વાર છીંક અદૃશ્ય થઈ જશે.

સોમાં એક જ તક છે કે છીંક આવે, પણ તે પણ તમને ખલેલ પહોંચાડશે નહીં, કારણ કે તમે તેના પ્રત્યે એટલા ઉદાસીન છો કે તે આવે તો પણ તે તમને લાગે છે કે તે કોઈ બીજાને આવી છે. તમે એનાથી એટલા અલગ થઈ ગયા છો કે એ આવે તો પણ કોઈ ફરક નહીં પડે, તમે અંદરથી અવિચલિત રહેશો.

અને હું તમને છીંક ન લેવાનું કહેતો નથી કારણ કે તે અન્યને પરેશાન કરે છે - ના અને હું તમને ખાંસી ન લેવાનું કહેતો નથી કારણ કે તે અન્યને પરેશાન કરે છે. તે મુદ્દો નથી. તમે તમારી જાતને ગડબડ કરશો. તમે આખા પ્રયાસનો મુદ્દો ચૂકી જશો અને બધી મહેનત વ્યર્થ જશે.

સવારના મેડિટેશનમાં તણાવમુક્ત રહો. ત્રીજા પગલા પછી હળવા થાઓ. તમારે બીજી એક વાત યાદ રાખવાની છે. સવારના મેડિટેશનમાં, જ્યારે હું ‹સ્ટોપ› કહું છું, જ્યારે સતત સંગીત બંધ થાય છે, ત્યારે તમારા શરીરને વ્યવસ્થિત ન કરો, કોઈ મુદ્રા ન કરો, આડા પણ ન કરો, શરીરને જેમ છે તેમ છોડી દો. તરત જ ત્યાં રોકો, પછી ભલે તે ગમે તેટલી અસ્વસ્થતા હોય.

તમે કૂદતા હતા અને તે સ્થિતિ આરામદાયક નથી, તે જ સ્થિતિમાં અટવાયેલા રહો અને તેને બદલશો નહીં, તરત જ તમને ખ્યાલ આવે કે સંગીત બંધ થઈ ગયું છે. તું પણ રોકાઈ જા, સાવ મરી જા. કારણ કે તમે તમારા શરીરને આરામદાયક બનાવી શકો છો, તમે સૂઈ શકો છો, પરંતુ આ ખૂબ જ અંતરાલ ઊર્જામાં ખલેલ પેદા કરશે. આ અંતરાલ દ્વારા દિશા બદલાશે.

ત્રણ તબક્કામાં તમે જીવંત બળ, પૂર જેવું બળ બનાવ્યું હતું. હવે ફક્ત તમારા શરીરને આરામ આપવાથી તમે તેને ભૂલી જશો અને તમારું ધ્યાન વિચલિત થઈ જશે. આવું ન કરો. જ્યારે હું કહું કે ‹રોકો›, તમે જ્યાં છો ત્યાં તરત જ રોકાઈ જાઓ અને કોણ જોઈ રહ્યું છે તેને છેતરવાનો પ્રયાસ કરશો નહીં. શા માટે તમારા શરીરને થોડી આરામદાયક સ્થિતિમાં ન મૂકો. આને કોઈની સાથે શું લેવાદેવા? તમે તમારી જાતને છેતરો છો.

બીજી એક વાત! બીજા તબક્કામાં, જ્યારે તમે તમારી બધી દબાયેલી લાગણીઓને વ્યક્ત કરી રહ્યાં છો. જ્યારે તમે કેથાર્સિસથી સંપૂર્ણપણે પાગલ થઈ ગયા હો, ત્યારે એક કામ ખૂબ જ બળ સાથે કરો: તમારા ચહેરાના સ્નાયુઓને સંકોચન કરો અને તેમને મુક્ત કરો, સંકોચન કરો અને છોડો. તમારું શરીર તમારા ચહેરા જેટલું તણાવપૂર્ણ નથી જે સૌથી વધુ વ્યક્ત કરે છે, તેથી ચહેરો તમામ તણાવનું કેન્દ્રબિંદુ છે અને તમારો

ચહેરો સૌથી વધુ વ્યક્ત કરે છે, તેથી ચહેરો સૌથી વધુ દમનકારી બને છે. તમે તમારા ચહેરાથી દબાવો છો અથવા વ્યક્ત કરો છો. તેથી બીજા પગલામાં, આખા શરીર સાથે વ્યક્ત કરો, પણ યાદ રાખો, તમારા ચહેરાને ખેંચો અને છોડો, ખેંચો અને છોડો. આ રીતે ઘણી દબાયેલી લાગણીઓ સરળતાથી છૂટી જશે.

આરામ એ કરવા માટેની વસ્તુ નથી, હકીકતમાં તમે આરામ કરી શકતા નથી. કોઈ કરી શકે નહીં, કારણ કે આરામ કંઈપણ કરવાની વિરુદ્ધ છે. તમે માત્ર કરવાનું બંધ કરી શકો છો અને આરામ થાય છે. તેથી જ્યારે હું કહું કે, ‹રોકો›, અને સંગીત બંધ થઈ જાય, તમે જેમ છો તેમ સંપૂર્ણપણે બંધ કરો, પછી કંઈ ન કરો. તમે બસ રોકો, બધું કરવાનું બંધ કરો, સહેજ પણ ખસશો નહિ. પછી ખૂબ જ ઊંડી શાંતિ થશે અને પછી તમને ફરક ખબર પડશે. તમે તમારી જાતને આરામદાયક સ્થિતિમાં રાખવાનો પ્રયાસ કરી રહ્યા હતા. હવેથી તમારા શરીરને આરામદાયક સ્થિતિમાં રાખવાનો પ્રયાસ કરશો નહીં.

-ઓશો
કેનોપનિષદ

પાંચમું પગલું

ઉજવણી

પંદર મિનિટ પછી ગ્રૂપ લીડર મ્યુઝિક ચાલુ કરશે, જો તમે એકલા કરી રહ્યા છો તો તમને ધીરે ધીરે સમયનો ખ્યાલ આવશે.

સંગીત શરૂ થતાં જ આપણે પાંચમા તબક્કામાં પ્રવેશ કરીશું. સંગીતના તાલ સાથે નૃત્ય કરો અને ઉજવણી કરો. ચોથા તબક્કામાં શાંતિ અને મૌનની અનુભૂતિ માટે નૃત્ય કરો અને અસ્તિત્વ પ્રત્યે અહંકારી બનો. લાગણી વ્યક્ત કરો. જો તમે ઈચ્છો તો પાંચમા પગલાના અંતે થોડીવાર સૂઈ જાઓ.

અંતે તહેવાર

પ્રિય ઓશો,

સવારના ધ્યાન અને બપોરના ધ્યાનમાં, હું જોરદાર શારીરિક હલનચલનથી શરૂ કરું છું, પરંતુ મધ્યમાં ક્યાંક - ખાસ કરીને જ્યારે સંગીત અને આસપાસનો અવાજ વધે છે, ત્યારે એક વિચિત્ર શાંતિ મને ઘેરી લે છે અને ધીમે ધીમે શરીરની ગતિવિધિઓ ધીમી પડી જાય છે. જેમ જેમ સંગીતનું પ્રમાણ વધતું જાય છે તેમ તેમ આ શાંતિ વધુ ઊંડી થતી જાય છે અને મને લાગે છે કે જાણે હું મારી આસપાસના વાવાઝોડામાં શાંતિનું કેન્દ્ર છું, જે ખૂબ આવકારદાયક છે.

શું આ એક પ્રતિક્રિયા છે અને તેથી તેને નિરાશ કરવું જોઈએ? શું મારે નિર્ધારિત શારીરિક પ્રવૃત્તિ ચાલુ રાખવી જોઈએ અને માત્ર અંતે જ ઠંડુ થવું જોઈએ?

અંતે જ્યારે આપણે ઉજવણી કરવાની હોય ત્યારે પણ મૌન રહેવું શ્રેષ્ઠ છે અને જેટલું વધુ સંગીત અને બૂમો પાડીએ તેટલી ઊંડી શાંતિ બનતી જાય છે. તે શાંતિ છે જેના વિશે હું વાત કરી રહ્યો છું, જ્યારે ઊર્જા વધી જાય છે

જો તે પૂરની જેમ આગળ વધે છે, તો આવી શાંતિ તમને થશે. તેને નિરાશ કરશો નહીં, આ તે છે જેના માટે અમે પ્રયાસ કરી રહ્યા છીએ, તેનું સ્વાગત છે. આ તે મહેમાન છે જેની આપણે રાહ જોઈ રહ્યા છીએ. ઝડપથી શરૂ કરો, પરંતુ જો તમને લાગે કે શરીરનું હલનચલન અને અવાજો આપોઆપ ધીમા પડી રહ્યા છે અને તમારા પર ઊંડી શાંતિ ઉતરી રહી છે અને ચારેબાજુ તોફાનો, ઘોંઘાટ, ચીસો વગેરે તમારી શાંતિને અસર કરતા નથી પરંતુ તેને વધુ ગાઢ બનાવે છે, તો તમે ખાતરીપૂર્વક કહી શકો કે આ વાસ્તવિક છે અને તમે તમારી જાતને છેતરતા નથી, તો તમે શાંત રહો અને છેવટે તે શાંતિ બની જશે, જો તમારો તહેવાર ખરેખર શાંત થઈ જશે.

પરંતુ આ અલગ-અલગ લોકો સાથે અલગ રીતે થઈ શકે છે. આ લોકો સાથે તેમની રીતે થશે. કેટલાક લોકો નૃત્ય કરીને, કેટલાક ગીતો ગાઈને અને કેટલાક ફક્ત રડીને પોતાનો આનંદ વ્યક્ત કરવા માંગે છે, પરંતુ આ આંસુ દુઃખના નહીં પણ આનંદમાં વહેશે. કોઈ ફક્ત શાંત રહેશે - આ તેમનો તહેવાર હશે.

તેથી તહેવાર કેવી રીતે ઉજવવો તેની ચિંતા કરશો નહીં. જો કે તમારી સાથે આવું થાય, તે તમારો તહેવાર હશે અને જો આ પ્રકારની શાંતિ તમારા પર ઉતરી આવે, તો તેનું સ્વાગત કરો, તેનો આનંદ માણો. તેની સાથે સહકાર આપો જેથી તે વધુ ઊંડો અને ઊંડો બની શકે.

-ઓશો

કેનોપનિષદ

સક્રિય ધ્યાનના અંતિમ તબક્કામાં, જ્યારે તમે ઉજવણી કરવાનું કહો છો ત્યારે એક શાંત પરંતુ ઉદાસી તમને ઘેરી લે છે. આ ઉદાસીમાં કેવી રીતે ઉજવણી કરવી અને નાચવું?

ઉદાસીમાં શું ખોટું છે? ઉદાસીમાં નૃત્ય ન કરી શકાય? અને મોટી મજા એ છે કે જો તમે ઉદાસ થઈને ડાન્સ કરો છો, તો તમને જલ્દી જ ખબર પડશે કે ઉદાસી બદલાઈ ગઈ છે. નૃત્ય ઉદાસીનું પરિવર્તન કરશે. તેથી, અટકશો નહીં, જો આજે ઉદાસીની ક્ષણ છે, તો ઉદાસીમાં નૃત્ય કરો, નૃત્ય બંધ કરશો નહીં, કારણ કે રોકવાથી ઉદાસી જ ગાઢ થશે, તે બોજ બની જશે. નૃત્ય ઉદાસી દૂર કરશે

જેમ કે, સૂર્ય બહાર આવ્યો અને વાદળો દૂર ગયા. જો તમે ખરેખર આ રીતે નાચશો, તો વાદળો દૂર થઈ જશે.

આ સમજવાની કોશિશ કરો, દુઃખી વ્યક્તિ નૃત્ય કરી શકે છે, પરંતુ નાચતી વ્યક્તિ ઉદાસ રહી શકતી નથી. ઉદાસીમાં કોઈ અડચણ નથી,

ચાલો થોડું જાગીએ પણ ઘંટ પૂરેપૂરી વાગે નહીં, એ સાચું છે, આજે એવું જ છે. હાથ-પગ પૂરા ઉત્સાહથી ન વધે, આળસ આપણને ઘેરી વળે, એવું રહેવા દો, પણ હાથ-પગ ઉંચા કરો, નાચો, ગાઓ, ઉદાસ ગીતો ગાઓ, પણ ગાઓ.

જો તમે ગાશો અને નાચશો, તો તમને તે ટૂંક સમયમાં મળી જશે, અને ઉદાસીથી શરૂ થયેલું ગીત ક્યારે ગાયબ થઈ ગયું તે તમને ખબર પણ નહીં પડે. ઉદાસી માં તમે ક્યારે પગ ઉંચા કરીને નાચ્યા હતા... ઉદાસી ક્યારે અદૃશ્ય થઈ ગઈ તે તમને ખબર નહીં પડે. અચાનક તમને મળશે, કોઈ ઉદાસી નથી, હવે તમે નાચી રહ્યા છો.

નૃત્ય જીવનના દરેક અનુભવમાંથી બહાર આવી શકે છે. જીવનના દરેક અનુભવને સેલિબ્રેશન બનાવી શકાય છે અને આ ધર્મની કળા છે કે તમે જીવનના દરેક અનુભવને બનાવી શકો છો...

તમે ગુસ્સે છો, કોઈ ચિંતા નથી, તમે આજે નાચશો. ઓર્ગી સાચું છે, આજે મને તોડફોડ કરવાનું મન થાય છે. ડાન્સ. તમારા નૃત્યનો નાશ થવા દો. પરંતુ તમે જલ્દી જ જોશો કે નૃત્યે તમારી ક્રોધિત ઉર્જા મુક્ત કરી છે, તે કેથાર્સિસ બની ગઈ છે. ગુસ્સો અદૃશ્ય થઈ ગયો, તોફાન ગયો, હવે તમે ખૂબ હળવાશથી નાચી રહ્યા છો, તમને પાંખો મળી છે.

ઉદાસી હોય કે ગુસ્સો, ચોક્કસપણે ઉજવણી થઈ શકે છે. ઉજવણીમાં કશું અવરોધતું નથી. આ તમારો ખોટો મત છે કે જો તમે આજે ઉદાસ છો તો તમે કેવી રીતે નાચી શકો છો, તમે ત્યારે જ નાચશો જ્યારે તમે ખુશ હશો. પછી તમે ક્યારેય નૃત્ય કરશો નહીં. કારણ કે તમે આજે ઉદાસ છો. જો તમે આ દુ:ખને વહન કરશો, તો તેમાંથી સુખ કેવી રીતે બહાર આવશે? તમારા સુખમાં પણ દુ:ખનો ભાર રહેશે. તમારી ખુશી પણ દુ:ખ સાથે દબાઈ જશે. જો તમે ખુશ છો, તો પણ તમે પૂર્ણ થઈ શકશો નહીં. તમે હસશો તો પણ તમારું હાસ્ય પૂર્ણ નહીં થાય, પાછળ પથ્થરોનો ભાર રહેશે.

શું તમે ક્યારેય જોયું છે કે લોકો કેવી રીતે હસે છે? દિલથી હસનારા બહુ ઓછા લોકો હોય છે. આવી વ્યક્તિ શોધવી મુશ્કેલ છે. હૃદયથી હસનારના ચરણ સ્પર્શ. બસ, હોઠ પર જ આવે છે. ખૂબ ઊંડા ગયા તેથી તે ગળા સુધી પહોંચે છે, પરંતુ હૃદય સુધી પહોંચતું નથી. કારણ કે હૃદય અનેક જન્મોના દુ:ખથી ભરેલું છે.

હાસ્ય ત્યાંથી આવી શકતું નથી. ત્યાંનો દરવાજો બંધ છે. ત્યાં ક્યારેય દીવો પ્રગટ્યો નહોતો. ત્યાં ક્યારેય કોઈએ નમાજ પઢી કે ધૂપ સળગાવી નહીં. ત્યાં બધું ગંદુ થઈ ગયું છે. તે અંધકારમાં માત્ર સાપ અને વીંછી જ રહે છે અને તેથી જ લોકો અંદર જતા ડરે છે. લોકો કહે છે. અંદર જાઓ,

અંદર જાઓ. તેઓ અંદર જતા ડરે છે, કારણ કે અંદર અંધકાર સિવાય બીજું કશું દેખાતું નથી.

કબીર કહે છે. સૂર્યનો સૂર્ય અંદરથી બળી રહ્યો છે, પરંતુ જ્યારે તમે ત્યાં જાઓ છો, ત્યારે તમને અંધકાર દેખાય છે. કબીર ક્યારેય ખોટું બોલતા નથી, દાદુ ક્યારેય ખોટું બોલતા નથી. પરંતુ અંધકારનો તે થ્રેશોલ્ડ ઓળંગવો પડશે. અંધકારના એ પડમાં સૂર્ય છુપાયેલો છે.

જે દિવસે સમાજ નાચવાનું ભૂલી જાય છે તે દિવસે સમાજ બીમાર થઈ જાય છે. જંગલમાં આદિવાસીઓ છે, તેઓ નાચે છે, તેમનું સ્વાસ્થ્ય અલગ બાબત છે. મધ્યરાત્રિના સુધી નૃત્ય, તારાઓની નીચે, તારાઓની નીચે, તારાઓની જેમ માત્ર તેઓ નૃત્ય કરે છે. આપણે થાકીને સૂઈ જઈએ છીએ, પણ એ થાકમાં કોઈ થાક નથી, એ થાકમાં હળવાશ છે. પછી જ્યારે આદિવાસી સવારે ઉઠે છે ત્યારે તેના ઉઠવા અને તમારામાં ફરક હોય છે. તમે ભાગ્યે જ ઊંઘો છો. તમે ઊંઘમાં પણ સપના જોતા રહો છો. સૂતી વખતે પણ તમે જાગવાનો બધો ધંધો ચાલુ રાખો છો. સૂતી વખતે પણ તમે એ જ દુઃસ્વપ્નો જોતા રહો જે તમે જાગતા સમયે જોયા હતા. એ જ બજાર, એ જ મિત્રો, એ જ દુશ્મનો, એ જ ભ્રષ્ટાચાર. તમે ઊંઘમાં પણ પીડાતા રહો છો. ઊંઘ પણ તમારી શાંત ઘટના નથી. આદિવાસીઓને પૂછો, તમે તમારા માટે મુશ્કેલ સપનું જોયું?

શું કોઈ આદિવાસી ક્યારેય કહેશે કે હા, તેણે તેના જીવનમાં એકવાર જોયું છે.

જ્યારે મનોવૈજ્ઞાનિકોએ પ્રથમ વખત આદિવાસીઓનો અભ્યાસ કરવાનું શરૂ કર્યું, ત્યારે તેઓ આશ્ચર્યચકિત થઈ ગયા કારણ કે તેઓએ એવું કહ્યું ન હતું કે તેઓએ ક્યારેય સ્વપ્ન જોયું હતું. સપના જોવાની જરૂર નથી, કશું ભેગું થતું નથી. સવારે તાજા જાગો, પ્રાણીઓ અને પક્ષીઓની જેમ અને છોડની જેમ. પછી દિવસનું કામ અને ધંધો છે. તે કામ ખોરાક અને આશ્રય માટે પણ નાનું છે. જીવનમાં તેમની જરૂરિયાતો ઓછી છે, તે પૂરી થાય છે. સાંજ ફરી નૃત્ય છે, નૃત્ય તેમની પ્રાર્થના છે, નૃત્ય તેમનો ધર્મ છે.

નૃત્યનો ત્યાગ કરનાર સૌપ્રથમ સંસ્કૃતિ છે. સંસ્કારી માણસ નૃત્ય કરતા ડરે છે. કોઈ સંસ્કારી જ્ઞાતિ નૃત્ય કરતી નથી અને જો તે નૃત્ય કરે તો પણ તેનું નૃત્ય માત્ર વિષયાસક્ત છે. શૃંગારિક નૃત્ય એ નૃત્યનો ખૂબ જ નિમ્ન પ્રકાર છે.

હું તમને ઉજવણી કહું છું. તમે નૃત્યને ઉજવણી બનાવો. હું તમને કહું છું, તે તમારા જીવનભર ઉર્જાનું ફૂલ બનવું જોઈએ, તે ફૂલની જેમ

ખીલવું જોઈએ. તમે જોશો કે તે નૃત્ય સાથે તમારું જીવન બદલાવા લાગે છે. તમે ઓછા ઉદાસી, ઓછા ગુસ્સે થાઓ છો, કારણ કે તમે એકત્રિત કરતા નથી. તમે નૃત્યમાં તે કચરો ફેંકી દો. તમે એક રસાયણ મેળવ્યું છે, એક યુક્તિ જેના દ્વારા તમે લોખંડને સોનામાં ફેરવો છો; જેના કારણે તમે નકામી વાતોને સાર્થક કરો છો. દરેક ડાન્સ પછી તમે જોશો કે તમે એટલા ફ્રેશ થઈને પાછા આવો છો, જાણે તમે અંદર નહાયા હો. ક્યારેય રોકશો નહીં કારણ કે તમે ઉદાસી અનુભવો છો.

હકીકતમાં, મારા અનુભવમાં, ઘણા લોકોનું અવલોકન દર્શાવે છે કે તમે શાંતિથી એટલા અપરિચિત થઈ ગયા છો કે જ્યારે શાંતિ આવે છે ત્યારે તમને લાગે છે કે તે ઉદાસી છે. તમે શાંતિ ભૂલી ગયા છો. તમને યાદ નથી કે શાંતિનો ગુણ શું છે? તમારી પાસે શાંતિની સૌથી નજીકની લાગણી ઉદાસી છે. તેથી જ્યારે શાંતિ પ્રથમ વખત ઉતરે છે, ત્યારે તમને લાગે છે કે તમે ધીમે ધીમે હતાશ થઈ ગયા છો. કોઈ ઉત્તેજના, કોઈ ઉત્તેજના, ઉદાસ બની ગયા.

સુખના નામે તમે ઉત્તેજના જાણ્યા છો અને શાંતિના નામે તમે દુઃખને જાણ્યું છે. તમારું જીવન બિલકુલ ખોટું છે, તમે નકલી સિક્કાઓમાં જીવો છો. તો મને લાગે છે કે તમારો ખુલાસો ખોટો છે, પણ તમે પણ શું કરશો? તમે નવા અનુભવને તમારા અગાઉના અનુભવમાંથી જ ઓળખી શકશો. જ્ઞાન દ્વારા જ તમે અજ્ઞાતના લક્ષણો જાણી શકશો.

તમે ઉદાસી જાણો છો, તેથી જ્યારે પણ તમે શાંત થાઓ છો, ત્યારે ઉદાસી તમને પકડી લે છે. એ ઉદાસી નથી, એક નવી ઘટના સામે આવી રહી છે. શાંતિ તમારી અંદર ઘટ્ટ થઈ રહી છે અને જો તમે કળાને સમજો છો, તો તમે દરેક દુઃખને શાંતિમાં બદલી શકો છો અને જો તમે ન સમજો તો તમે દરેક શાંતિને ઉદાસી ગણશો અને તેનાથી છુટકારો મેળવવાના માર્ગો શોધી શકશો.

ધ્યાન તમને ગમે તે આપે, તે શું છે તેનાથી કોઈ ફરક પડતો નથી. શરત નથી. આપણે ક્યારે નાચીશું? ધ્યાન તમને જે કંઈ આપે છે, સમજો કે તે ભગવાનની ભેટ છે, આજે નૃત્ય કરો.

ગઈકાલે સાંજે હું કહેતો હતો કે એક સૂફી ફકીર સતત કહેતો હતો કે ભગવાન તમારો આભાર! તે મારી કમનસીબી છે કે મને જે જોઈએ છે તે મને મળે છે. તમે તરત જ કરો.

તેમના શિષ્યો ધીમે ધીમે તેમનાથી નારાજ થવા લાગ્યા. આ વિશે સાંભળીને કારણ કે તેઓએ જોયું નથી કે કઈ જરૂરિયાત પૂરી થઈ રહી છે. ફકીર ગરીબ હતો, શિષ્યો ભૂખે મરી રહ્યા હતા, કોઈ ઉકેલ ન હતો અને આ મુસ્લિમ ફકીર દરરોજ સવાર-સાંજ પાંચ વાર પ્રાર્થના કરતો

અને પાંચ વાર ભગવાનનો આભાર માનતો અને આવી ઉદાસીનતાથી શિષ્યો વિચારતા કે શું વાત છે.

એક દિવસ તે પ્રવાસે હતા. તીર્થયાત્રાએ જતા હતા.

ત્રણ દિવસથી ભૂખ્યા અને તરસ્યા હતા. થાકીને થાકીને સાંજે એક ગામમાં આવ્યો. જ્યારે ગામના લોકોએ તેને રહેવાની ના પાડી, ત્યારે તે ભૂખ્યો અને થાકીને ઝાડ નીચે સૂઈ ગયો અને જ્યારે અંતિમ પ્રાર્થનાની ક્ષણ આવી ત્યારે કોઈ ઊઠ્યું નહીં. શેના માટે પ્રાર્થના કરવી? કોને પ્રાર્થના કરવી? ઘણી પ્રાર્થનાઓ થતી હતી. આ પ્રાર્થના માટેનો સમય નહોતો, પણ ગુરુએ ઊભા થઈને હાથ જોડી દીધા. ધન્યવાદની એ જ લાગણી ભગવાન, જ્યારે પણ મને કોઈ જરૂર હોય, તમે પૂરી કરો.

એક શિષ્ય આ સહન કરી શક્યો નહીં. તેણે કહ્યું, “આ બકવાસ બંધ કરો. અમે આ ઘણું સાંભળ્યું છે, હવે તે સંપૂર્ણપણે અપ્રસ્તુત છે. અમે ત્રણ દિવસથી ભૂખ્યા અને તરસ્યા છીએ, અમારા માથા પર છત નથી, અમે રાત્રે ઠંડા રણની બહાર પડ્યા છીએ. તમે શું આભાર માનો છો?”

ફકીરે કહ્યું, “આજે ગરીબી મારી જરૂરિયાત હતી. આજે ભૂખ મારી જરૂરિયાત હતી, તેણે તે પૂરી કરી. આજે શહેરની બહાર પડવું એ મારી જરૂરિયાત હતી. આજે કદાચ ગામ મને સ્વીકારે નહીં, આ મારી જરૂરિયાત હતી અને જો આ સમયે હું તેનો આભાર ન માની શકું તો મારા બધા આભારનો અર્થ નકામો છે. કારણ કે જ્યારે તે તમને તમારા મન પ્રમાણે કંઈક આપે છે ત્યારે આભારનો અર્થ શું છે? જ્યારે તે તમારા મન અનુસાર જે આપે નહીં , ત્યારે જ તે તમારો આભારનો કોઈક અર્થ છે.”

અને જ્યારે તેણે આપ્યું છે, ત્યારે તેને મારી જરૂર છે, નહીં તો તે શા માટે આપશે? આજે મારા જીવનના પ્રયાસમાં, મારા ધ્યાનમાં, મારી મુસાફરીમાં આ જરૂરી હશે, કે આજે હું ભૂખ્યો રહીશ, કે ગામ મને નકારે છે, કે હું ખુલ્લા રણમાં રાતની ઠંડી રેતીમાં સૂતો રહીશ. આજે આ જરૂરિયાત હતી અને જો તેણે આ જરૂરિયાત પૂરી કરી હોય અને હું તેમનો આભાર ન માનું તો તે યોગ્ય નથી.

ભગવાન એવા વ્યક્તિને જ મળે છે, તેથી જો તમે દુઃખી હો તો સમજો કે આ તમારી જરૂરિયાત હતી. આજે ભગવાનની ઈચ્છા હતી કે જો તમે ઉદાસીમાં નાચશો તો નૃત્ય બંધ ન થવું જોઈએ, આભારવિધિ બંધ ન થવી જોઈએ, ઉજવણી ચાલુ રાખવી જોઈએ.

સક્રિય ધ્યાનને લગતા પ્રશ્નો અને ઓશોના જવાબો

તમે નિષ્ક્રિયતા વિશે વાત કરો છો, પરંતુ તમારું ધ્યાન સક્રિય છે. આવું કેમ?

આનું એક કારણ છે, તેની પાછળ એક તર્ક છે, ભલે તે તમને ગાંડપણ જણાતું હોય, આ ગાંડપણની પાછળ એક પદ્ધતિ છે અને પદ્ધતિ એ છે કે જ્યાં સુધી તમે સંપૂર્ણ રીતે સક્રિય ન થાઓ ત્યાં સુધી તમે અંતિમ નિષ્ક્રિયતા સુધી પહોંચી શકતા નથી.

જો તમે આખો દિવસ સખત મહેનત કરી હોય, તો સાંજે જ્યારે તમે ઘરે પાછા ફરો છો, ત્યારે ઊંઘ સૌથી પહેલા તમને આગળ લઈ જાય છે. તમે ઊંઘ તરફ આગળ વધી રહ્યા છો, તમે ઊંઘમાં જવા માટે તૈયાર છો. ગરીબ લોકો, ભિખારીઓ પણ અનિદ્રાથી પીડાતા નથી. આ માત્ર અમીર લોકોનો રોગ છે. અનિદ્રા એ એક મહાન લક્ઝરી છે જે દરેકને પોષાય તેમ નથી. માત્ર એવા લોકો જ ઊંઘી શકતા નથી જે આખો દિવસ આરામ કરે છે. જેમણે દિવસ દરમિયાન કોઈ કામ કર્યું ન હતું. તેમની દલીલ મૂર્ખ છે, પરંતુ તાર્કિક છે. તેઓ વિચારે છે કે જ્યારે તેઓ આખો દિવસ ઊંઘવાની તાલીમ લેતા હોય ત્યારે ઊંઘ સરળતાથી આવવી જોઈએ. તેઓ આરામ કરે છે. આખો દિવસ આરામ કર્યો, રાતની રાહ જોઈને સઘન તૈયારીઓ કરી. પરંતુ રાત્રે તેઓને ખબર પડે છે કે તેઓ ઊંઘી શકતા નથી, ઊંઘ અશક્ય બની ગઈ છે. જો તમે આખો દિવસ આરામ કરો છો, તો તમે રાત્રે કેવી રીતે સૂઈ શકશો? જીવન બે ધ્રુવો વચ્ચે વહે છે. તેથી જ હું કહું છું કે જો તમારે એકલા રહેવું હોય તો પ્રેમ કરો, જો તમારે સંપૂર્ણ રીતે, સંપૂર્ણપણે એકલા રહેવું હોય તો બીજા સાથે ભળી જાઓ. જો તમારે નિષ્ક્રિય રહેવું હોય તો સક્રિય બનો. વિરોધી ધ્રુવોથી ડરશો નહીં. જીવન ફક્ત ધ્રુવોમાં જ ચાલુ રહે છે. તેથી જ જીવન છે અને મૃત્યુ છે, મૃત્યુ તેનો બીજો છેડો છે.

અંતિમ નિષ્ક્રિયતા પ્રાપ્ત કરો, નિષ્ક્રિય બનવાનું શીખો. હંમેશા કર્તા ન બનો, વસ્તુઓને ક્યારેક બનવા દો. સત્ય એ છે કે મહાન વસ્તુઓ થાય છે, કરવામાં આવતી નથી. પ્રેમ થાય છે, પ્રેમ કોઈ ‹કરી› નથી શકતું. જો કોઈ તમને આદેશ આપે, એડોલ્ફ હિટલર પણ તમને જઈને પ્રેમ કરવાનો આદેશ આપે, તો તમે શું કરશો? આ અશક્ય છે. જેમ હું જોઉં છું, જે લોકો પ્રેમમાં પડ્યા વિના ખરેખર પ્રેમમાં પડે છે તેઓ તેને બહારથી જોવાનું શરૂ કરે છે, એક પ્રકારની સાક્ષી બનવાનું શરૂ થાય છે. વેશ્યાઓ ખાસ કરીને સાક્ષી બને છે કારણ કે તેઓ વ્યક્તિને પ્રેમ કરતા નથી અને તેથી તેમાં સામેલ થતા નથી. માત્ર તેનું શરીર રમે છે, પ્રેમનું ખાલી પ્રદર્શન અને તે હંમેશા બહાર રહે છે. આખો ખેલ ચાલે છે, પણ તેઓ બહાર જ રહે છે. તે સરળતાથી દાવેદાર બની શકે છે. પ્રેમીઓ ક્યારેય વેશ્યાઓ સાથે સ્પર્ધા કરી શકતા નથી કારણ કે તેઓ રીઝવે છે, તેઓ પોતાને ભૂલી જાય છે. યાદ રાખો કે આસપાસ જવા માટે બે ધ્રુવો છે અને જો તમે ખરેખર સજાગ રહેવા માંગતા હો તો હું તમને અમુક સમયે તમારી જાતને સંપૂર્ણપણે ભૂલી જવાની સલાહ આપીશ. એટલા સંપૂર્ણ રીતે સમાઈ જાઓ કે એવું લાગે છે કે તમે અસ્તિત્વમાં નથી અને જ્યારે તમે અચાનક પાછા આવો છો ત્યારે તમે સંપૂર્ણપણે હાજર છો. ભૂલી જવું, યાદ રાખવું, જીવવું, મરવું, જાગવું, સૂવું, પ્રેમ કરવો, મનન કરવું, વિચારોને બે છેડે, વિરોધી, ગાડાના બે પૈડા જેવા કે પક્ષીની બે પાંખો જેવા બનો. એક છેડે ન રહો, નહીં તો તમે સુન્ન થઈ જશો.

અંતિમ નિષ્ક્રિયતા પ્રાપ્ત કરો અને હંમેશા યાદ રાખો કે જે પણ સુંદર છે, તે જાતે જ થાય છે, પ્રેમ પોતે જ થાય છે, તમે તે કરી શકતા નથી, ધ્યાન થાય છે, તમે તે કરી શકતા નથી. આરામ થાય છે, તમે તેને લાવી શકતા નથી. સત્ય એ છે કે જીવન તમારી સાથે બન્યું છે, તમે તેના વિશે કંઈ કર્યું નથી અને મૃત્યુ પણ થશે, તમે તેના વિશે કંઈ કરી શકતા નથી. એ બધું સુંદર, ગહન, ગહન છે. માણસ માત્ર નિરર્થક વાતો કરી શકે છે.

તમે શ્વાસ પણ લઈ શકતા નથી. તે પણ પોતાની મેળે થાય છે. ઘટનાઓની દુનિયા સાથે તાલમેલ બનાવો. જો તમે મને પૂછો, તો ભૌતિક વિશ્વ ક્રિયાનું વિશ્વ છે અને આધ્યાત્મિક વિશ્વ ઘટનાઓનું છે. કાર્ય કરો, પરંતુ પછી તમને ફક્ત વસ્તુઓ જ મળશે, ફક્ત રહો અને વસ્તુઓ થવા દો અને તમને અસ્તિત્વનું કેન્દ્ર મળશે. પ્રયત્નોથી ભગવાન મળતા નથી, ભગવાન ઘટે છે. તમે તેને

તેને થવા દો - તમે તેની સાથે આક્રમક ન બની શકો, તમે તેની

સાથે હિંસા ન કરી શકો, આખી ક્રિયા હિંસા છે, તમે તેને માત્ર થવા દઈ શકો છો.

-ઓશો
તાઓ ધ થ્રી ટેઝર

સક્રિય ધ્યાનના પ્રથમ તબક્કામાં શ્વાસ ઊંડા કે તીવ્ર, ઊંડા કે ઝડપી હોવા જોઈએ?

ઉગ્રતાનું ધ્યાન રાખજો, જો તે પોતાની મેળે ઊંડો થઈ જાય તો અલગ વાત છે. ઊંડા વિશે ચિંતા કરશો નહીં. તમે માત્ર તીવ્રતા, દ્રઢતાનું ધ્યાન રાખો - તેટલું સખત, એટલું ઝડપી, એટલું ઝડપી કે તે ઈજાનું કારણ બની શકે. અંદર સૂતેલી શક્તિને જગાડી શકાય છે. હેમરિંગ માટે, કુંડલિની પર હથોડાની જેમ ફટકો પડી શકે છે, તેથી તીવ્રતાનું ધ્યાન રાખો.

શું શ્વાસ ફક્ત નાક દ્વારા જ લેવાનો છે કે મોં દ્વારા પણ લઈ શકાય છે?

જ્યાં સુધી તે સંબંધિત છે, તે નાક દ્વારા લેવામાં આવે છે અને નાક દ્વારા જ શ્વાસ બહાર કાઢવો જોઈએ. જો કોઈને તકલીફ હોય તો તેને નાક દ્વારા લઈ મોં દ્વારા છોડો. જો શરદી અથવા ફ્લૂની કોઈ સમસ્યા હોય, તો તેને નાક દ્વારા લેવું શક્ય નથી, તે કિસ્સામાં તેને મૌખિક રીતે લઈ શકાય છે અને પછી છોડી શકાય છે.

આખો સમય ધ્યાન કરતી વખતે, મનના કોઈ ખૂણામાં કોઈ કહે છે- તમે શું કરો છો? તમે શું કરી રહ્યા છો?

ચોક્કસ કોઈ કહેતું રહેશે કે તે તમે છો. કોઈ નહીં, તે તમે છો. તમારું મન ક્યારેય ધ્યાન ધર્યું નથી. તમે ક્યારેય ધ્યાન કર્યું નથી. તમારો આખો ભૂતકાળ, તમારી આખી સ્મૃતિ નોંધપાત્ર રીતે ખાલી અને નિર્જન છે. આખું મન કહે છે - તમે શું કરો છો? તમે સંપૂર્ણપણે તેની સમજની બહાર છો. તે સમજી શકતો નથી. તે આવશે પણ નહીં, કારણ કે મન અજાણ્યું છે. જો તે પરિચિત થઈ જાય તો તે શું કરે છે તે કહેશે નહીં. જો તમને ખુશીની એક ઝલક મળશે તો તમે જે કરી રહ્યા છો તે ફરી ક્યારેય નહીં કહેશો.

મનનો નિયમ એ છે કે તે જે જાણે છે તેની સાથે સંમત થાય છે, અને જે અજાણ્યું છે તેનાથી દૂર જાય છે. અજ્ઞાત શત્રુ દેખાય છે અને મનનો નિયમ પણ છે કે તે સુખ તરફ જ વહે છે. ભલે તે મિથ્યા સુખ હોય. જ્યાં જ્યાં સુખ દેખાય છે, ત્યાં જ જાય છે. આપણને મળે કે ન મળે, આ બીજી વાત છે, પણ આનંદની અનુભૂતિ હોય તો પણ એવું લાગે છે.

ધ્યાનનો આનંદ આપણે ક્યારેય જાણ્યો નથી. એ એક અજાણી દુનિયા છે, અજાણ્યો વિસ્તાર છે, આપણે એ દુનિયામાં ક્યારેય પ્રવેશ કર્યો નથી. મન પૂછે છે, શું કરે છે? આ શું કરે છે? તેને પૂછવા દો, તેના માટે પૂછવું સંપૂર્ણપણે સ્વાભાવિક છે. તેની સાથે લડવું પણ નહીં. તેને દબાવો પણ નહીં, તેને પૂછવાનું ચાલુ રાખો અને તમે ધ્યાન આપતા રહેશો.

જેમ તમે ધ્યાન માં આનંદની ઝલક મેળવવાનું શરૂ કરશો, મન પોતે જ કહેશે, તમે તે બરાબર કરી રહ્યા છો, તમે તે બરાબર કરી રહ્યા છો, મન પોતે જ દિવસમાં પચાસ વખત કહેશે, ધ્યાન કરો, પછી કરો અને તે કરો. મન ક્યારેય અટકતું નથી. જો તે થોડો પણ આનંદ અનુભવે છે, તો મન તે જ દિશામાં વહેવા લાગે છે જેમ પાણી નીચે તરફ વહે છે, મન આનંદ તરફ વહે છે. એવું વિચારવાનું કોઈ કારણ નથી કે વ્યક્તિ ખોટા સુખ તરફ વહી જાય તો પણ તે સાચા સુખ તરફ વહી જતો નથી.

પરંતુ આનંદનો અનુભવ થવા દો. જો તમે તમારા મનને અનુસરવાનું બંધ કરો કે તમે શું કરી રહ્યા છો, તો તમે બંધ થઈ જશો. મનને કહેવા દો. તે તેના માટે નવી વાત છે, તેને કહેવા દો, તેને કહેતા રહેવા દો. જલદી તમે ધ્યાન માં આવવાનું શરૂ કરશો, આનંદનું થોડું કિરણ ચમકશે અને તમારું મન ખુશ થશે અને વહેવા લાગશે. તેણે પોતાને બહાનું કાઢવા માટે કોઈ પ્રયાસ કરવાની પણ જરૂર નથી.

-ઓશો

ધ્યાન દર્શન રૂ. 2

શું ત્રણેય તબક્કામાં ઝડપી શ્વાસ ચાલુ રાખી શકાય?

તમારા પર છે. તેને પ્રથમ તબક્કામાં જ રાખવું પડશે, તે જરૂરી છે. દસ મિનિટ માટે પ્રથમ પગલું છોડશો નહીં. તે પછી તે તમારા પર છે. જો તમને આરામદાયક લાગે તો તમે બાકીના બે પગલાં અથવા એક પગલું ચાલુ રાખી શકો છો. ચોથા પગલામાં ચાલુ રાખશો નહીં, તે ન હોવું જોઈએ. પ્રથમ તબક્કામાં ચાલુ રાખવાનું હોય છે, ચોથા તબક્કામાં ચાલુ રાખવાનું નથી. બાકીના બે પગલાં તમારી વ્યક્તિગત સગવડની બાબત છે. તમે શોધી શકો છો કે તમે ડાન્સ કરતી વખતે, કૂદતી વખતે, બૂમો પાડતી વખતે ઊંડા શ્વાસ લેવાનું ચાલુ રાખી શકો છો. રાખો. ‹હું કોણ છું?› તમે તેને પૂછીને રાખી શકો છો, પરંતુ બીજા તબક્કામાં મહત્વ કૂદવું, નાચવું, રડવું અને બૂમો પાડવું, તેના પર ભાર મૂકવામાં આવશે. શ્વાસ ગૌણ હશે, મુખ્ય નહીં. ત્રીજા તબક્કામાં ‹હું કોણ છું?› તેની પૂછપરછ પ્રાથમિક હશે, શ્વાસ ગૌણ હશે અને જો તમે તેને નિયંત્રિત ન કરી શકો તો કોઈ નુકસાન નથી, તે પ્રથમ તબક્કામાં પૂરતું છે.

લાંબા સમય સુધી શ્વાસને ઊંડા રાખવાનો પ્રશ્ન નથી. પ્રશ્ન એ છે કે દસ મિનિટ તીવ્રતાથી ઊંડા રાખવાનો. વ્યાપકપણે નહીં. ધીમે ધીમે ત્રીસ મિનિટ સુધી ઊંડો રાખશો તો પણ કોઈ પરિણામ નહીં આવે અને પૂરા બળ સાથે દસ મિનિટ રાખશો તો પણ પરિણામ આવશે. તેથી, પ્રશ્ન તીવ્રતાનો છે, વિસ્તરણનો નથી, વિગતનો નથી, પણ ઊંડાણનો છે, ઊંડાણ પર ધ્યાન કેન્દ્રિત કરો.

પ્રશ્ન: જ્યારે અમે તમારી હાજરીમાં અથવા ટેપ દ્વારા ધ્યાન કરીએ છીએ, ત્યારે અમને દસ મિનિટનો તબક્કો બદલવાની ખબર પડે છે, પરંતુ જો આપણે ટેપ વિના જાતે જ ધ્યાન કરીએ છીએ, તો અમને સમય કેવી રીતે ખબર પડશે?

વાંધો નથી. તે દસ મિનિટ, આઠ મિનિટ કે બાર મિનિટ છે તે કોઈ વાંધો નથી. તમારા અંદાજ સાથે ચાલુ રાખો અને દસ-પાંચ દિવસમાં તમારો અંદાજ સ્થિર થઈ જશે. ખોટા અવેજીઓ બનાવ્યા હોવાથી અમારી સમસ્યા ઊભી થઈ છે. તેથી જ આપણી અંદરની ઘડિયાળ કામ કરી શકતી નથી, નહીં તો જૈવિક ઘડિયાળ પણ અંદર છે જે કામ કરે છે. તમે રાત્રે 11 વાગ્યે. તમને રાત્રે 12 વાગે ઊંઘ કેમ આવવા લાગે છે? જો તમે સવારે 6 વાગ્યે કે 4 વાગ્યે જાગી જાઓ છો, તો તમારી ઊંઘ કેમ ઊડી જાય છે? જો તમે 12 વાગ્યે કે 1 વાગ્યે જમી લો છો તો તમને બરાબર 1 વાગ્યે ભૂખ કેમ લાગે છે? કારણ શું છે?

એક જૈવિક સમય છે, ઋતુઓ બદલાતા અંદર જૈવિક કાર્ય ચાલે છે. ક્યાંક ઘડિયાળ નથી અને ક્યાંક કેલેન્ડર નથી, તે સમય પ્રમાણે બદલાય છે. સાંજ પડી ગઈ છે. સવાર આવે છે, સૂર્ય સમયસર સવાર અને સાંજમાં ફેરવાય છે. બસ, દરેક વસ્તુની અંદર એક લય હોય છે, બધું આપોઆપ એ લયમાં આવી જાય છે.

જો તમે દસ-પાંચ દિવસ ધ્યાન કરશો તો તમારી અંદરની ઘડિયાળ પકડશે. બરાબર દસ મિનિટ, બરાબર દસ મિનિટની પ્રક્રિયા થઈ જશે, પણ આપણે આપણી જાત પરનો વિશ્વાસ ગુમાવી દીધો છે. આપણે જેટલા વધુ સાધનો તૈયાર કર્યા છે, તેટલો જ આપણે આપણી જાત પરનો વિશ્વાસ ગુમાવ્યો છે. કોઈને પોતાના પર વિશ્વાસ નથી.

રાત્રે સૂતી વખતે નક્કી કરો કે તમારે સવારે પાંચ વાગ્યે ઉઠવાનું છે, તો તમે બરાબર સવારે પાંચ વાગ્યે જાગી જશો. હવે તમે ઊંઘમાંથી જાગીને ઘડિયાળમાં જોતા નથી.

જ્યારે તમે જાગો છો, ત્યારે તમે જોશો કે બરાબર પાંચ વાગી ગયા છે અને ઘણી વખત એવું બનશે કે તમે બરાબર પાંચ વાગ્યે સૂઈ જવાનું

નક્કી કરો છો અને જો ઘડિયાળ ખોટી હોય તો તમે તેને એડજસ્ટ કરી લો છો.

જો તમે ધ્યાનનો તમારો ઉપયોગ થોડો વધારશો, તો તમારી જૈવિક સમયની સમજ તમારી અંદર વિકસિત થવા લાગશે. તે બધું ગડબડ છે. કારણ કે આપણે તેનો ઉપયોગ કરતા નથી. દરેક વસ્તુ માટે એક સમય હોય છે, તે અંદરથી પકડાય છે. તેની બહુ ચિંતા કરશો નહીં અને તે દસ-બાર મિનિટ હોય કે આઠ, આનાથી વધુ કોઈ ભૂલ નહીં થાય, તેનાથી કોઈ નુકસાન નહીં થાય.

-ઓશો

ધ્યાન દર્શન રૂ 9

જો સક્રિય ધ્યાનનો ઉપયોગ કર્યા પછી શરીર થાકી જાય, તો મારે પ્રયોગ ચાલુ રાખવો કે નહીં?

તમારામાંથી ઘણા તમારા શરીરના અમુક ભાગને થાકી જવાનો પણ વિચાર કરશે. સ્વાભાવિક છે કે શરીરનું કોઈ અંગ આટલું હલતું હોય, આટલી કસરત થાય ત્યારે થાક લાગે, પણ બે-ચાર-છ દિવસમાં. જેમ તમે કોઈપણ નવી કસરત કરતી વખતે થાક અનુભવશો. બે-ચાર દિવસમાં તે ઠીક થઈ જશે અને જ્યારે તે ઠીક થઈ જશે, ત્યારે તમને પહેલીવાર ખબર પડશે કે આ દરમિયાન તમારા શરીરનો જે ભાગ ચાલતો હતો તે બીમાર હતો, પરંતુ જ્યાં સુધી તે સ્વસ્થ ન થાય ત્યાં સુધી તે ભાગ જાણી શકાતો નથી, ઉદાહરણ તરીકે, જો કોઈ માણસને માથાનો દુખાવો હોય, તો તે નાનપણથી જ 24 કલાક પીડાતો હોય તો તેને ખબર પડશે કે આ દુખાવો તેના માથાનો છે. માત્ર એક વાર પીડા દૂર થઈ જશે ત્યારે જ તેને ખ્યાલ આવશે કે પીડા તેના માથાની નહોતી.

શરીરનો જે ભાગ વધુ હલનચલન કરી રહ્યો છે તે એ વાતનો પુરાવો છે કે શરીરનો ભાગ અમુક તણાવથી પીડાઈ રહ્યો છે અને કોઈપણ કારણ વગર હલતો નથી. એ તાણ એ અંગમાંથી બહાર નીકળવાનો પ્રયત્ન કરે છે. એ પ્રયત્નમાં એ ભાગ થાકી જશે. તેને થાકવા દો, તેની ચિંતા કરશો નહીં. તે બે-ચાર દિવસમાં સ્વસ્થ થઈ જશે. થાક પણ દૂર થશે અને તે ભાગ પણ સ્વસ્થ બનશે.

આપણે આપણા મનમાં જે પણ વિચારોને દબાવી દઈએ છીએ, આપણા શરીરના એવા ભાગો છે જે તેમની સાથે સીધા સંકળાયેલા છે અને તેમની સાથે સમાંતર છે. આપણા શરીર અને મનની દરેક વસ્તુ સમાંતર છે. મનમાં જે થાય છે તે શરીરમાં થાય છે. શરીરમાં જે થાય છે, તે મનમાં પડઘાતું હોય છે. તેથી જ મન

દરેક વેગનો શરીરમાં પણ અમુક ભાગ હોય છે અને તે ભાગનું સ્પંદન, તે ભાગની ગતિ, હલનચલન મનના કોઈપણ વેગથી સ્વતંત્ર છે. તેને રોકશો નહીં, બે-ચાર-આઠ દિવસમાં તેનો થાક જાતે જ દૂર થઈ જશે અને જ્યારે થાક દૂર થઈ જશે, ત્યારે તમે પહેલીવાર સમજી શકશો કે તમારો અમુક ભાગ જે હંમેશા બીમાર હતો તે સ્વસ્થ થઈ ગયો છે. જો આખું શરીર થાકી જાય તો ડરશો નહીં. બે-ચાર-આઠ દિવસમાં તે પણ ઠીક થઈ જાય છે અને જ્યારે તે ઠીક થઈ જાય છે, ત્યારે શરીરની તંદુરસ્તીનો નવો અર્થ થાય છે.

-ઓશો

ધ્યાન દર્શન રૂ ૧

હું છ મહિનાથી સક્રિય મેડિટેશનનો ઉપયોગ કરી રહ્યો છું, પરંતુ હજી પણ કેથર્સિસ ચાલુ છે, હજી પણ કેથેસિસ ચાલુ છે, રડવું, ચીસો પાડવી, કૂદવું, હસવું ચાલુ રહે છે. આ ક્યાં સુધી ચાલશે?

ગભરાશો નહીં. કારણ કે આપણા મનની અશુદ્ધિઓ એક જન્મની નથી પણ અનેક જન્મોની છે, પરંતુ જો તીવ્રતા વધે તો ઝડપથી દૂર થઈ શકે છે. તેથી આપણે તીવ્રતા વધવા નથી દેતા અને પછી ધીમે ધીમે નીકળીએ છીએ. ઘણો સમય લે છે.

એક દિવસમાં પણ નીકળી શકે છે. જો આપ પૂરો સહકાર આપો. જો તમારી પાસે સંપૂર્ણ ભાગીદારી હોય તો તમે એક દિવસમાં નીકળી શકો છો, પરંતુ જો તમારી પાસે તે ન હોય તો તમે ધીમે ધીમે છોડી દો, અંદર વિક્ષેપનો મોટો ભંડાર છે. હવે જો તમે દરેક ટીપું કાઢો છો, તો તે ઘણો સમય લે છે. જો તમે દિવાલ તોડશો, તો તમે આજે પણ, એક ક્ષણમાં પણ બહાર નીકળી શકો છો. તમે ધીમે ધીમે સહકાર આપો ત્યાં સુધી તે સમય લેશે. જો સહકાર પૂરો થશે તો ટૂંક સમયમાં થઈ જશે. ડરશો નહીં, તેને બહાર આવવા દો.

-ઓશો

ધ્યાન દર્શન રૂ.૩

જો તમે ઘરે સક્રિય ધ્યાન અજમાવશો, તો તમારી આસપાસના લોકો તમને પાગલ સમજવા લાગશે. આવી સ્થિતિમાં શું કરવું?

આસપાસના લોકો હજુ પણ એકબીજાને ગાંડા માને છે. તમે કહી શકશો નહીં, આ બીજી બાબત છે. આ આખી જમીન લગભગ પાગલ ઘર છે, પાગલખાના છે. લોકો તમારા સિવાય બીજા બધાને પાગલ માને છે, પરંતુ જો તમે હિંમત બતાવો અને આ પ્રયોગ કરો તો તમારી પાગલ થવાની સંભાવના દિવસે દિવસે ઘટતી જશે. જે અંદર ગાંડપણ ભેગું

કરે છે તે પણ પાગલ બની શકે છે. જે ગાંડપણને આવરણ આપે છે તે ક્યારેય પાગલ થઈ શકતો નથી.

પછી એક-બે દિવસ, ચાર દિવસ વ્યાજ લેશે, ચાર દિવસ પછી કોઈ ધ્યાન આપવા તૈયાર નથી. કોઈ પણ માણસ બીજામાં એટલો રસ ધરાવતો નથી કે તે લાંબા સમય સુધી રસ લે અને તે તમારા વર્તનને 24 કલાક બદલશે. જ્યારે તમે ગુસ્સે થાઓ છો, ત્યારે શું તમે ક્યારેય વિચાર્યું છે કે લોકો તમને પાગલ સમજશે કે નહીં? કારણ કે તમે પાગલ હશો, પરંતુ જો ધ્યાનનો આ પ્રયોગ ચાલુ રહેશે તો તમારા 24 કલાકના જીવનમાં પરિવર્તન આવશે. તમારું વર્તન બદલાશે, તમે વધુ શાંત, વધુ મૌન, વધુ પ્રેમાળ, વધુ દયાળુ બનશો. આ લોકોને પણ દેખાશે.

તેથી ગભરાશો નહીં. તેઓને તમને ચાર દિવસ માટે પાગલ ગણવા દો. ચાર દિવસ પછી, આઠ દિવસ પછી, પંદર દિવસ પછી, એ જ લોકો તમને પૂછશે કે તમે જે તફાવત અનુભવો છો, શું આપણે પણ તે જ અનુભવી શકીએ?

લોકો શું કહે છે જ્યારે તેઓ જાહેર અભિપ્રાયથી ડરી જાય છે - તો પછી વ્યક્તિ વધુ ઊંડાણમાં જઈ શકતો નથી. હિંમત રાખો અને લોકો તમને પાગલ માને છે કે શાણા માને છે તેનાથી કેટલો ફરક પડે છે? વાસ્તવિક પ્રશ્ન એ છે કે તમે પાગલ છો કે નહીં. ખરો પ્રશ્ન એ નથી કે લોકો શું સમજે છે? તમારી જાત પર ધ્યાન આપો, તમારી સ્થિતિ શું છે, તે પાગલ વ્યક્તિની સ્થિતિ છે કે નહીં. એ સ્થિતિ છુપાવવાથી ફાયદો નહીં થાય, એ સ્થિતિને નાબૂદ કરવાની જરૂર છે.

-ઓશો

ધ્યાન દર્શન રૂ 7

ધ્યાનમાં શરીર સાવ અદૃશ્ય થઈ જાય છે અને જે બચે છે તે વિશાળ અને મર્યાદાની બહાર લાગે છે, પરંતુ ધ્યાન કર્યા પછી, બાકીના દિવસોમાં, શરીરની જાગૃતિ શરૂ થાય છે, પછી વ્યક્તિ શુદ્ધ શરીરનો અનુભવ કરવા લાગે છે, તો શું આ બધું અહંકારનું નાટક છે?

આ બાબતે ત્રણ બાબતોનું ધ્યાન રાખવું જોઈએ. પ્રથમ, જેમ જેમ ધ્યાનની ઊંડાઈ વધતી જશે તેમ તેમ શરીર અદૃશ્ય થઈ જશે અથવા ક્યારેક તે ખૂબ જ વિશાળ બની જશે અથવા ક્યારેક એવું પણ થઈ શકે છે કે તે ખૂબ જ શુદ્ધ થઈ જશે, ખૂબ નાનું થઈ જશે, તે તેના કરતા નાનું દેખાશે. મન પર શરીરની છાપ

આશ્રિત છે. જો મન વધારે વિસ્તરે તો શરીર વિસ્તરેલું દેખાવા લાગે છે. મન બહુ સંકોચાય તો નાનું દેખાવા લાગે છે. શરીરની મર્યાદા

વાસ્તવમાં મનની મર્યાદા જણાય છે. આ અનુભવ સાબિત થયો છે અને તે અહંકારનું કાર્ય નથી, તે ધ્યાનનું પરિણામ છે.

પરંતુ ધ્યાન કર્યા પછી શરીર જેવું હતું તેવું જ દેખાય તે સ્વાભાવિક છે. ચિંતા કરવા જેવું કંઈ નથી. જે મિત્રો આ અનુભવ કરી રહ્યા છે, તેઓ જ્યારે પણ દિવસ દરમિયાન આરામદાયક હોય ત્યારે એક-બે ક્ષણ માટે પણ આંખો બંધ કરીને શરીરની વિશાળતાનો ફરીથી અનુભવ કરતા રહે છે. દિવસમાં બે-ચાર વખત તેનો અનુભવ કરો, રાત્રે સૂતા પહેલા ફરીથી અનુભવો અને સવારે ઉઠો ત્યારે થોડીવાર માટે ફરીથી અનુભવો. જેને આવો અનુભવ થઈ રહ્યો છે તે આંખ બંધ કરતાની સાથે જ તેને ફરીથી અનુભવી શકશે.

આનું પરિણામ એ આવશે કે ધીરે ધીરે તમને ખબર પડશે કે શરીર એ મનની રમત છે. એનું નાનું થવું, મોટું થવું, જુવાન થવું, વૃદ્ધ થવું, જન્મવું, મરવું એ બધું મનની રમત છે અને જ્યારે શરીર તમારી સામે આટલા બધા રૂપ બદલી શકે છે ત્યારે શરીર સાથેની ઓળખાણ અને ઓળખ તૂટે છે. પછી તમે તમારી જાતને શરીર તરીકે માની શકશો નહીં. તમે તમારી જાતને શરીર સાથે એક માની શકશો નહીં કે જે નાના-મોટા બને છે, અદૃશ્ય થઈ જાય છે અને સ્વપ્નની જેમ આ રીતે ફરીથી આકાર લે છે. તેના બદલે, શરીરનું નિશ્ચિત સ્વરૂપ, શરીરનું નિશ્ચિત સ્વરૂપ જે આપણે બનાવ્યું છે, તે ધીમે ધીમે ડગમગતું જશે અને સ્થિરતા, શરીરનું સ્થિરીકરણ, જે તમારા પર સ્થિર થયું છે, શરીરનું નક્કર સ્વરૂપ, ઓગળશે અને પડી જશે અને ધીમે ધીમે તમે તમારી જાતને શરીરહીન અનુભવવા લાગશો. અશરીરીનો અનુભવ કરતાં પહેલાં, શરીરના અનેક સ્વરૂપોનો અનુભવ કરવો ખૂબ જ મદદરૂપ છે.

અત્યારે તમે શરીરનું માત્ર એક જ સ્વરૂપ જાણો છો, જે તમારા ભૌતિક શરીરની રૂપરેખા છે. તમે તમારી જાતને તેની સાથે જોડી દીધી છે. જો તમારી સાથે દિવસમાં દસ કે પાંચ વખત આવું થાય તો તમારું શરીર નાનું અને મોટું થતું જાય છે. તે વિશાળ બને છે, ક્યારેક અસ્તિત્વ ધરાવે છે, ક્યારેક અદૃશ્ય થઈ જાય છે, પછી ધીમે ધીમે તમે આપોઆપ શરીરના આ પ્રવાહના, બદલાતા સ્વરૂપોના આ બદલાતા પ્રવાહના સાક્ષી બનશો. ત્યારે તમને ખ્યાલ આવશે કે હું એ જ છું જે શરીરને નાનું અને મોટું થતું જોઉં છું, જે ખાવું અને બનવું જોઉં છું. હું દેહ નથી, હું દેહનો નિરીક્ષક છું.

તો જેને પણ આવો અનુભવ હોય. તેણે તે અનુભવને દિવસમાં બે-ચાર વખત ફરીથી દાખલ કરવો જોઈએ. આ મનના વિસ્તરણ અને સંકોચનની રમત છે. આ અહંકારની રમત નથી, પણ અહંકારની રમત

બની શકે છે. જો તમને ખૂબ ગર્વ થાય કે મેં એક મહાન વસ્તુ હાંસલ કરી છે કે મારું શરીર મોટું થાય છે, મને આ અનુભવ થાય છે અને મારું શરીર નાનું થાય છે, મને આ અનુભવ થાય છે અથવા તમે તેમાં એવો અહંકાર રાખો છો કે મેં કંઈક હાંસલ કર્યું છે જે બીજાઓએ પ્રાપ્ત કર્યું નથી, તો અહંકારની રમત શરૂ થશે અને અહંકાર તમને ધ્યાનના પ્રાથમિક અનુભવોથી પણ મજબૂત કરી શકે છે અને ઘણીવાર જ્યાં અહંકાર શરૂ થયો ત્યાં મેડિટેશન બંધ થઈ જાય છે. માટે કોઈ મોટી ઘટના બની રહી છે તેને ખાસ ન સમજો, તેને સમજવું એ ધ્યાનનું સરળ પરિણામ છે. આમાં ગર્વ લેવાનું કે પોતાને બીજાઓથી ચડિયાતા કે અલગ માનવાનું કોઈ કારણ નથી.

પહેલા દિવસે મને ખૂબ જ ઊંડો અનુભવ થયો અને બીજા દિવસથી હું રસ્તો શોધી રહ્યો છું, પણ મને તેવો અનુભવ નથી મળી રહ્યો.

તે રહેશે નહીં. કારણ કે પ્રથમ દિવસે જે પણ અનુભવ થયો તે અહંકારનો એક ભાગ બની ગયો. હું સંમત છું કે મને ખૂબ જ ઊંડો અનુભવ હતો. હવે આ અહંકાર બીજા દિવસથી અપેક્ષા રાખશે કે મારું થયું હોવું જોઈએ, કારણ કે હું થઈ ચૂક્યો છું. જો તે હવે નહીં થાય, તો હતાશા અને ઉદાસી પકડી લેશે.

ધ્યાનમાં રાખો, જ્યાં અહંકાર રસ લે છે, જ્યાં અહંકાર શ્વાસ લે છે, ત્યાં પ્રક્રિયા અટકી જાય છે, તેથી જો તમને ઊંડો અનુભવ હોય, તો તે થવા દો. પછી કૃપા કરીને તેને ભૂલી જાઓ. તેને સ્મૃતિનો ભાગ બનાવવાની જરૂર નથી અને બીજા દિવસની રાહ જોવાની પણ જરૂર નથી, અપેક્ષા રાખવાની પણ જરૂર નથી. પ્રથમ દિવસે એવું થયું કારણ કે તમારા અહંકારને પણ ખબર ન હતી કે આવું થઈ શકે છે તેથી અહંકાર શાંત હતો. હવે બીજા દિવસે એવું નહીં થાય. કારણ કે અહંકાર અંદર રહેલો છે. તે કહે છે કે તે ક્યારે થશે, તે હવે થવું જોઈએ. કારણ કે તે મારી સાથે થયું છે, તેથી તે હવે થવું જોઈએ. હવે તમે આક્રમક બનો. હવે તમે એ અનુભવ માટે આક્રમક છો. તમે હવે નિષ્ક્રિય નથી. તમે હવે રાહ જોતા નથી. અપેક્ષા રાખી રહ્યા છો. પહેલા દિવસે તને કંઈ ખબર ન પડી.

તેથી ઘણીવાર એવું બને છે કે જ્યારે તમે કંઈપણ જાણતા નથી, પરંતુ તમે જાણો છો કે તમારી સાથે શું થશે, ત્યારે તે થાય છે. કારણ કે અહંકાર વચ્ચે કોઈ નથી. જ્યારે આવું થાય છે ત્યારે મુશ્કેલીઓ શરૂ થાય છે કારણ કે અહંકાર ઉત્પન્ન થાય છે. તે કહે છે ઠીક છે, હવે મારે ત્યાં હોવું જ જોઈએ. પછી તે થવાનું બંધ થઈ જાય છે.

આ આંતરિક યાત્રામાં, ‹બનવું જોઈએ› જેવા શબ્દોને સંપૂર્ણપણે ભૂલી જાઓ. અહીં કોઈ શરતો નથી. જે પણ બન્યું છે, જો તમે તેને ખૂબ જ ચુસ્તપણે પકડી રાખશો, તો તે ફરી ક્યારેય નહીં બને અને ઘણીવાર એવું બને છે કે સાધનાની પ્રક્રિયામાં, જ્યારે પણ પ્રથમ વખત કોઈ ઊંડો અનુભવ આવે છે, ત્યારે સાધક તેને એટલી ખરાબ રીતે વળગી રહે છે કે તે તે જન્મમાં તે ફરીથી પ્રાપ્ત કરી શકતો નથી. પછી વ્યક્તિએ બીજા જન્મ સુધી રાહ જોવી પડે છે, જ્યાં સુધી યાદશક્તિ સંપૂર્ણપણે દબાઈ ન જાય અને ભૂલી ન જાય.

ધ્યાન, જો તે ન કર્યું હોય, તો તે ક્યારેક ખતરનાક સાબિત થઈ શકે છે, જો અહંકાર તેમાં રસ લે, તો પણ તે તમારી સાથે થાય છે, એવું ન વિચારો કે તે મારી સાથે થયું છે. સમજો કે તે ભગવાનની દયા છે.

આ બંને વચ્ચે તફાવત છે. તેથી, ધ્યાન કર્યા પછી, હું તમને ભગવાનની કૃપા સ્વીકારવાનું સતત કહું છું. આ એટલા માટે છે કે તમે યાદ રાખો કે આ તેમની ઓફર છે અને મારી સિદ્ધિ નથી. મને આ નથી મળ્યું, તેણે આપ્યું છે. જો મને તે મળી ગયું હોય, તો હું કાલે ફરીથી મેળવવાનો પ્રયત્ન કરીશ અને જો તેણે તે આપ્યો છે, તો હું રાહ જોઈશ. તેને તેની ઇચ્છા આપો, તેને તેની ઇચ્છા ન આપો.

હું હૃદય રોગથી પીડિત છું, તો શું આ નાચવું અને કૂદવું સ્વાસ્થ્ય માટે જોખમી નથી?

તે કહેવું થોડું મુશ્કેલ છે, કારણ કે તે ઘણી બાબતો પર નિર્ભર કરે છે કે જો તેઓ પોતાના શરીરને ભૂલીને ભગવાનને યાદ કરે છે, તો તે ક્યારેય નુકસાનકારક નથી, પરંતુ જો તેઓ ભગવાનને બિલકુલ યાદ ન કરે, પરંતુ માત્ર હૃદયની નબળાઇને યાદ કરે તો તે ખૂબ નુકસાનકારક હોઈ શકે છે. તે આધાર રાખે છે, તમારું ધ્યાન શું છે? જો તમે તમારા શરીરને ભૂલી ગયા હો તો ક્યારેય કોઈ નુકસાન ન થાય અને નુકસાન થાય તો પણ ફાયદો થાય.

પ્રથમ, ત્યાં કોઈ નુકસાન ન હોઈ શકે, કારણ કે ત્યાં કોઈ કારણ નથી. જેણે પોતાનું શરીર ભગવાન માટે સંપૂર્ણ છોડી દીધું છે, તેના હૃદયના ધબકારા બનાવવાની જવાબદારી હવે તેના પર નથી, હવે તે ભગવાન પર છે અને એવું માનવાનું કોઈ કારણ નથી કે ભગવાન જેની સરળ હાજરીથી આટલું મોટું વિશ્વ ચાલે છે, તેની સરળ હાજરીથી તમારું હૃદય ધબકતું નથી અને તેની યાદોથી ભરેલી આ ક્ષણમાં પણ જો હૃદયના ધબકારા અટકી જાય તો આભાર માનવો જોઈએ. કારણ કે હૃદયના ધબકારા અમુક સમયે બંધ થઈ જશે, પણ એ સમયે યાદની આ ક્ષણ હશે કે નહીં તે ખબર નથી.

પ્રથમ તો નુકસાન થશે નહીં, પણ જેને આપણે ખોટ કહીએ છીએ તે ભગવાનના સ્મરણમાં થાય તો પણ તેનાથી વધુ શુભ મુહૂર્ત કોઈ નથી. એ એવો સમય અને ક્ષણ છે, જેમાં ગયેલી વ્યક્તિ પાછી આવતી નથી.

પરંતુ જો તમને ડર રહે છે કે તમારા હૃદયમાં કંઈક ખોટું થઈ શકે છે, જો તમે તમારા હૃદયમાંથી વિચારોથી ભરાઈને નાચશો અને કૂદશો, તો તમને ચોક્કસપણે નુકસાન થશે, તો તે તમારા પર નિર્ભર છે અને તમે સમજો છો.

જો તમે તમારા હૃદયના વિચારોમાં ડૂબેલા હો તો તે ન કરો, પરંતુ એક વાત ધ્યાનમાં રાખો કે તમારું હૃદય ધડકવાનું બંધ થઈ જશે. તમે ક્યાં સુધી તેની સંભાળ રાખશો? અને જો આપણે કાળજી રાખીએ તો પણ આપણે શું પ્રાપ્ત કરી શકીએ છીએ, અમે ફક્ત માર લઈશું. તેની સિદ્ધિ શું છે? શરીર થોડા વધુ દિવસ રહે તો તેની સિદ્ધિ શું?

શરીરનો હેતુ એ છે કે આપણે અશરીરને જાણી શકીએ. શરીરહીન જાણવામાં જો દેહ વિઘ્નરૂપ બનતો હોય તો એ દેહ રાખવાનો કોઈ અર્થ નથી. જો તમારામાં આટલી હિંમત હોય તો નાચો અને આનંદથી કૂદો. જીવવું બરાબર છે, એમાં અદૃશ્ય થઈ જવું બરાબર છે. જો તમારામાં એટલી હિંમત ન હોય તો તમારી જાતને કાબૂમાં રાખો, પછી એ પ્રક્રિયામાં જવાબ ન આપો.

બીજા મિત્રે પૂછ્યું કે શું આ નાચ્યા-કૂદ્યા વિના ધ્યાન ન હોઈ શકે?

ધ્યાન કરી શકાય છે, ધ્યાન કંઈપણ કર્યા વિના કરી શકાય છે, પરંતુ જેણે પૂછ્યું છે તે કરી શકશે નહીં. ધ્યાન કંઈપણ કર્યા વિના, સહેજ પણ સ્પંદન વિના થઈ શકે છે. ધ્યાનનો અર્થ એ છે કે ત્યાં કોઈ હલનચલન નથી, જ્યાં તમામ સ્પંદનો બંધ થઈ જાય છે, પરંતુ જે નૃત્યથી ડરતો હોય અથવા વિચારે છે કે તે તેનાથી બચી શકે છે, તે આમ કરી શકશે નહીં અને દરેક વસ્તુથી ડરશે.

મને ખબર નથી કે હું ધ્યાનનો ઉપયોગ કરું છું, હું જે પ્રક્રિયાનો ઉપયોગ કરું છું તેના પર કેટલી પ્રતિક્રિયાઓ આવે છે, લોકો તે જ રીતે પૂછે છે, શું તે તેના વિના ન થઈ શકે? જો તેમને ઊંડા શ્વાસ લેવાનું કહેવામાં આવે, તો લોકો પૂછવા આવે છે કે ઊંડા શ્વાસ ન લેવાનો કોઈ રસ્તો છે?

મેં લોકોને કહ્યું કે શાંતિથી સૂઈ જાઓ અને તેઓ આવીને કહે છે. ચૂપચાપ સૂવાથી કંઈ થતું નથી. મેં તેમને કહ્યું, કંઈ કરશો નહીં, તમે ચૂપ રહો. તેઓ કહે છે, અમે મૌન રહીએ છીએ, પણ અંદરથી વિચારો ચાલતા રહે છે, અમને કોઈ બીજો રસ્તો કહો.

જે મનથી તમે આ સલાહ લઈ રહ્યા છો, જે કહે છે કે મને કોઈ અન્ય માર્ગ બતાવો, તે મનની ગમે તે પ્રક્રિયામાં સ્થિર રહેશે નહીં, તે કહેશે કે મને કોઈ અન્ય માર્ગ બતાવો. કારણ કે તેને મરવાનો ડર છે. એ મન મૃત્યુથી ડરે છે અને ધ્યાન એ મનનું મૃત્યુ છે. તે તમને દરેક બાજુથી રોકશે.

તેથી ચિંતા કરવાનું બંધ કરો કે કદાચ બીજી કોઈ યુક્તિ હશે.

ના. કારણ કે તે આ યુક્તિમાં અવરોધોનો સામનો કરી રહ્યો છે, તે દરેક યુક્તિમાં અવરોધોનો સામનો કરશે. દરેક યુક્તિમાં તે કહેશે કે તેના માટે શું જરૂરી છે.

-ઓશો

ધ્યાનનું કમળ રૂ 4

એક મિત્રે પૂછ્યું છે કે ધ્યાનના પ્રથમ તબક્કામાં એક-બે મિનિટમાં જ વ્યક્તિ સંપૂર્ણ થાકી કેમ જાય છે?

ના, તમે થાકતા નથી, થાકી જવાનો વિચાર આવે છે. થાકી જવાનો વિચાર એ મોટી વાત છે. જ્યારે તમને લાગશે કે તમે સંપૂર્ણપણે થાકી ગયા છો, જો કોઈ તમારી પાછળ બંદૂક લઈને આવે અને તમને મારવા માંગે, તો તમને ખ્યાલ આવશે કે તમે જરા પણ થાકશો નહીં અને થાકનો અહેસાસ કર્યા વિના, માઈલો સુધી દોડતા રહેશો. શું થયું? તમે થાકી ગયા છો. એક માણસ બંદૂક લઈને તેની પાછળ આવ્યો, હવે તમે કેવી રીતે ભાગી રહ્યા છો?

હકીકતમાં, આપણી અંદર કેટલી શક્તિ છે તે આપણે જાણતા નથી. ઉપર અસ્તિત્વમાં રહેલી નાની શક્તિનો ઉપયોગ કરીને આપણે જીવંત રહીએ છીએ. તે થોડી થાકી ગઈ, અમે માત્ર વિચાર્યું - હવે તે થાકી ગઈ છે, હવે વાત પૂરી થઈ ગઈ છે.

જે ક્ષણે તમે થાક અનુભવો છો, વધુ શક્તિ સાથે પ્રારંભ કરો. બે મિનિટમાં તમે જોશો કે થાક ઉતરી ગયો છે અને અંદરથી મોટી તાકાત આવી ગઈ છે. થાકની ક્ષણ ખૂબ જ કિંમતી હોય છે, તે તમને જણાવે છે કે તમે કેટલી શક્તિનો ઉપયોગ કરવા માટે ટેવાયેલા છો. તે માત્ર આટલું જ કહે છે અને બીજું કંઈ નથી કહેતો. તે તમારી મર્યાદા છે. તમે અહીં સુધી ઉપયોગ કરો છો. બે મિનિટમાં તમે અત્યાર સુધી જેટલા શ્વાસ લીધા છે. માત્ર શ્વાસ લેવા માટે પૂરતું

કર્યું હશે. માત્ર એક આદતની મર્યાદા છે. થાક્યો ત્યાં, મન કહે. હવે હું મારી મર્યાદા પર પહોંચી ગયો છું, હવે હું થાકી ગયો છું.

બે ઘડી શ્વાસ લેતા થાકી જશો તો જીવતા કેવી રીતે રહેશો? ના, તે આદતની મર્યાદા છે. ગભરાશો નહીં, તે સમયે શ્વાસ લેવા માટે વધુ બળનો ઉપયોગ કરો. તમે થોડી મિનિટોમાં જ જોશો કે તે મર્યાદા ઓળંગાઈ ગઈ છે અને નવા સ્તરેથી પાવર આવવાનું શરૂ થઈ ગયું છે. થાકની ક્ષણ એ મર્યાદાની ક્ષણ છે અને જો કોઈ માણસ તેના થાકની ક્ષણને પાર કરે તો તેને ખૂબ જ આશ્ચર્ય થાય છે.

તમે વિચાર્યું હશે કે, જો તમે રોજ રાત્રે દસ વાગે સૂવા જાઓ છો તો તમને દસ વાગે ઊંઘ આવવા લાગે છે, પરંતુ જો તમે અગિયાર વાગ્યા સુધી જાગી જાઓ છો તો તમે અગિયાર વાગ્યા સુધી સૂઈ શકતા નથી. શું થયું? જો તે દસ વાગે આવતી હતી તો તેણે પણ અગિયાર વાગે આવવું જોઈએ. ખરેખર તો હદ વટાવી ગઈ હતી. તમે વધુ એક કલાક જાગ્યા છો, તેથી તમે જે ઉર્જા સાથે દસ વાગ્યા સુધી જાગતા હતા તે કામમાં આવવા લાગી છે. આપણી પાસે શક્તિનો ભંડાર છે, આપણે તેમાંથી ગમે તેટલી શક્તિ લઈ શકીએ છીએ અને શક્તિનો સ્ત્રોત આપણે ક્યારેય સમાપ્ત થયો નથી, કારણ કે આખરે તે ભગવાન સાથે જોડાયેલ છે. તમે અનંત જીવનથી શ્વાસ લઈ રહ્યા છો, તમે થાક્યા નથી, શું તમે બે મિનિટમાં શ્વાસ લેતા થાકી જશો? થાકશે નહીં. જ્યારે તમે થાકી જાઓ છો, ત્યારે વધુ પ્રયત્ન કરો. ખરેખર તમારા થાકને સ્વીકારશો નહીં. તમારા થાકને તોડી નાખો.

એ જ મિત્રે પૂછ્યું કે શા માટે દિવસભર હાથ-પગમાં દુખાવો થાય છે અને ક્યારેક પીઠમાં દુખાવો થાય છે.

તે ચોક્કસપણે થશે, જો તમે બે મિનિટમાં થાકી જાઓ ત્યારે પીડા ન હોય તો?

થાકશો નહીં, બે મિનિટમાં તમારી બધી શક્તિનો ઉપયોગ કરો. જે વ્યક્તિ ત્રીસ મિનિટ સુધી તેની સંપૂર્ણ શક્તિનો ઉપયોગ કરે છે તે ઓછામાં ઓછો થાકશે. મારા રોજના સેંકડો અનુભવો પરથી હું તમને આ કહું છું. જે વ્યક્તિ ત્રીસ મિનીટ સુધી પોતાની પૂરી તાકાત લગાવે છે તે કમસે કમ થાકી જાય છે અને જો તે ખરેખર તેની પૂરી તાકાત લગાવે છે તો ત્રીસ મિનિટ પછી તે એકદમ હળવો અને ફ્રેશ થઈ જશે અને થાકશે નહીં.

આપણે થાકી જઈએ છીએ, આપણે આપણી સંપૂર્ણ શક્તિનો ઉપયોગ કરતા નથી. તેઓ તેમની તાકાત પણ લગાવે છે અને આખો સમય અંદર વિચાર કરતા રહે છે જેથી તેઓ થાકી ન જાય. અમે બે દળો લાગુ કરીએ છીએ અને અટકાવવાનું પણ ચાલુ રાખીએ છીએ જેથી અમે વધુ બળ લાગુ ન કરીએ. ત્યાં જ બધી હોબાળો થાય છે.

હવે તમે કહો છો કે કોઈને કમરમાં દુખાવો છે, કોઈના હાથમાં દુખાવો છે. મતલબ એ કે હાથ નાચવા માંગતો હતો, તમે તેને નાચવા ન દીધો. પીઠ વાળવા માંગતી હતી, તમે તેને વાળવા ન દીધી, તેનાથી પીડા થશે. પગ કૂદવા માંગતા હતા, તમે તેમને કૂદવા ન દીધા, દુઃખ થશે.

હમણાં હમણાં એક મિત્ર મારી પાસે આવ્યો અને કહ્યું કે મને આખો દિવસ રડવાનું મન થાય છે.

તો મેં કહ્યું, તમે ધ્યાનથી રડ્યા?

તેણે કહ્યું, ના, તને ખબર નથી કે ધ્યાન કરતી વખતે કેવી રીતે રડવું?

હવે તે ધ્યાન માં રડતા રોકાઈ રહ્યો છે. હવે મને આખો દિવસ રડવાનું મન થશે.

ના, ધ્યાન માં રડો અને પછી દિવસ દરમિયાન જુઓ કે કેવી રીતે રડવું શક્ય બન્યું. આપણે ક્યાંક રોકાઈ જઈએ છીએ, એટલે જ અડચણ આવે છે અને જો તમે મારા કહેવા પ્રમાણે આ બધું કરી રહ્યા હો અને છતાં પણ તમને થાક લાગતો હોય તો સમજવું કે તમારું શરીર કોઈ પણ પ્રકારની કસરતની આદત નથી. ત્રણ-ચાર દિવસ કે પાંચ દિવસમાં આદત બની જશે. જો તમે કોઈપણ નવી કસરત શરૂ કરો છો, તો તમારા શરીરમાં ત્રણ-ચાર-પાંચ દિવસ સુધી થોડો દુખાવો લાગશે. તે ત્રણ-ચાર-પાંચ દિવસમાં સ્વસ્થ થઈ જાય છે, તેના વિશે વધુ ચિંતા કરવાની જરૂર નથી, પણ અટકશો નહીં, તેને દુઃખી થવા દો અને તમે તે કરો.

એવું પણ પૂછવામાં આવે છે કે બીજા તબક્કામાં શરીર સંપૂર્ણપણે અલગ દેખાય છે, પરંતુ જો શરીરને કંઈક થાય છે, તો તે તરત જ ખબર પડી જાય છે.

તે ચોક્કસપણે અલગ છે, પરંતુ તેનો અર્થ એ નથી કે તેની જાણ કરવામાં આવશે નહીં. જો તે અલગ છે, તો સમાચાર હજુ પણ હશે. જો કંઈક થવાનું લાગે છે, તો પણ તે સમાચાર જેવું લાગે છે. સમાચાર જાણવા અને મેળવવામાં ફરક છે, સમાચાર છપાય છે. શરીર અલગ હોય એવું લાગે ત્યારે ભૂખ લાગી હોય તો લાગશે કે શરીર ભૂખ્યું છે અને જ્યારે શરીર એક લાગશે તો ભૂખ લાગી છે. આમાં એક જ ફરક છે, બીજો કોઈ ફરક નહીં હોય. શરીરમાં દુખાવો થાય છે, જો શરીર અલગ હોય તો એવું લાગે કે જાણે શરીરમાં ક્યાંક દૂર પીડા થઈ રહી છે.

ધ્યાનની વિવિધ પદ્ધતિઓમાં, દસ મિનિટ અથવા તો પંદર મિનિટનું મૌન જરૂરી છે.

જે ધ્યાન આપે છે તે બહુ ઓછું જાણશે, જે નથી આપતા, એવું લાગે છે કે તે ઘણું જાણે છે. અહીં બંને પ્રકારના લોકો છે. જે નથી અનુભવતો

તેને એવું લાગશે કે જાણે તેને ખબર નથી કે દસ મિનિટ કેટલી થઈ ગઈ છે. જે તેને અનુભવશે તેને લાગશે કે તે હમણાં જ શરૂ થયું છે અને સમાપ્ત થયું છે. કારણ કે સમય આપણી ખુશી સાથે સંકોચાય છે. સમય એ વાસ્તવિક વસ્તુ નથી. સમય એ આપણા અનુભવ પર આધારિત વસ્તુ છે, તે શરતી છે. જેટલું વધુ સુખ હોય છે તેટલો સમય ઓછો થતો જાય છે. જેટલું દુઃખ છે, તેટલો લાંબો સમય બને છે. ઘડિયાળના હાથ તો આમ જ ફરતા રહે છે, પણ દિલના હાથ પણ હોય છે અને સુખ-દુઃખની ગતિમાં ફરક હોય છે. જ્યારે તમે ખુશ હોવ, ત્યારે ક્ષણો ઉડી જાય છે. જ્યારે તમે દુઃખી હો ત્યારે એ ક્ષણ પણ પથ્થરની જેમ બેસી રહે છે અને હલતી નથી.

તેથી, જેઓ ધ્યાન કરે છે, તેમનો સમય પંદર મિનિટથી ઓછો છે, થોડા દિવસોમાં તે દસ કલાકથી ઓછો થઈ જશે અને તેથી ધ્યાન માટે અલગથી બેસવાની જરૂર નથી, પછી ધ્યાન ચોવીસ કલાક થવાનું શરૂ થાય છે. ઉઠતી વખતે, બેસતી વખતે, કામ કરતી વખતે એ જ આનંદ અને પ્રસન્નતા ફેલાવા લાગે છે. પછી તો દસ જીવ પણ નાના લાગે છે.

મને લાગે છે કે દસ મિનિટ બહુ ઓછી છે, પણ અહીં આપણે પ્રયોગને સમજવાનો પ્રયાસ કરી રહ્યા છીએ. ઘરે તમે દસ મિનિટથી વધુ નહીં કરી શકો. તમે તમારી અનુકૂળતા મુજબ ચોથું પગલું પંદર મિનિટ, વીસ મિનિટ, અડધો કલાક વધારી શકો છો. પ્રથમ ત્રણ પગલાં દસ મિનિટથી વધુ ન ચાલવા જોઈએ. પ્રથમ ત્રણ તબક્કાઓ વધુમાં વધુ ત્રીસ મિનિટથી વધુ ન ચાલવા જોઈએ. ચોથું પગલું તમે ઇચ્છો તેટલું વધારી શકાય છે, કારણ કે તે રાહ જોવાનું પગલું છે, કરવાનું પગલું નથી. ત્યાં ત્રણ પગલાં ભરવાનાં છે. તેઓ એક માણસ તરીકે તમારી સામાન્ય ક્ષમતા અનુસાર નક્કી કરવામાં આવ્યા છે. કોઈપણ પગલું દસ મિનિટથી વધુ ચાલવાનું નથી, પરંતુ ચોથું પગલું તમે ઈચ્છો તેટલું લાંબુ હોઈ શકે છે.

ધ્યાન ઊંડું થતાં જ ચોથા તબક્કામાં અડધો કલાક કે એક કલાક વિતાવી શકાય છે. તે આસાનીથી પસાર થઈ જશે, ક્યારે પસાર થઈ જશે તેની તમને ખબર પણ નહીં પડે. તેનો ઉપયોગ તમે ઘરે કરી શકો છો. અહીં તે માત્ર પંદર મિનિટમાં સમાપ્ત કરવાનું રહેશે. કારણ કે ત્યાં ઘણા લોકો છે, તે બધાની કાળજી લેવી મહત્વપૂર્ણ છે. તો પછી આપણે અહીં માત્ર સમજવા માટે છીએ. તમે સાચો પ્રયોગ અહીંથી બીજે ક્યાંક કરવાના છો.

-ઓશો
ધ્યાન ફિલસૂફી

જેટ યુગમાં ધ્યાનની પદ્ધતિઓને પણ સઘન બનાવવાની જરૂર છે

હવે વર્ષો અને જન્મનો સમન્વય આ દુનિયામાં ટકી શકે નહીં. હવે લોકો પાસે દિવસો અને કલાકો પણ નથી રહેતા અને હવે એ

વી પ્રક્રિયાની જરૂર છે જે તાત્કાલિક પરિણામ આપે કે જો કોઈ વ્યક્તિ સાત દિવસ માટે કોઈ ઠરાવ કરે તો સાત દિવસમાં તેને ખબર પડે છે કે ઘણું બધું થઈ ગયું છે... તે વ્યક્તિ અલગ થઈ ગઈ છે. સાત જન્મમાં ખબર પડી જાય તો કોઈ પ્રયોગ ના કરે. જૂના દાવા જન્મો વિશે હતા. તેઓ કહેતા હતા કે આ જન્મમાં કરો, આગામી જન્મમાં પરિણામ મળશે. તેઓ ખૂબ જ ધીરજ ધરાવતા લોકો હતા જેઓ રાહ જોતા હતા. આ જન્મમાં પણ તેઓ આગલા જન્મની રાહ જોઈને સાધના કરતા હતા. હવે કોઈ મળશે નહીં. આજે પરિણામ નહીં મળે તો આવતીકાલની રાહ જોવાની તૈયારી નથી.

હિરોશિમા અને નાગાસાકી પર જે દિવસે એટમ બોમ્બ ફેંકાયો હતો ત્યારથી આવતીકાલની કોઈ આશા નથી, ‹કાલ› ખતમ થઈ ગઈ છે. અમેરિકાના હજારો અને લાખો છોકરા-છોકરીઓ કોલેજમાં જવા તૈયાર નથી. તેઓ કહે છે: જ્યાં સુધી આપણે શિક્ષિત નહીં થઈએ ત્યાં સુધી દુનિયાનો ઉદ્ધાર થશે? આવતીકાલની કોઈ આશા નથી. તો તેઓ કહે છે કે અમારો સમય બગાડો નહીં, અમને જેટલા દિવસો છે તેટલા જીવવા દો. છોકરા-છોકરીઓ હાઇસ્કૂલમાંથી ભાગી રહ્યા છે, તેઓ કહે છે કે તેઓ યુનિવર્સિટીમાં પણ નહીં જાય, કારણ કે છ વર્ષમાં યુનિવર્સિટી છોડી દે છે... છ વર્ષમાં દુનિયા બચી જશે. જ્યારે પુત્ર પિતાને પૂછે છે કે છ વર્ષ... એ વિશ્વની ખાતરી છે. તો શા માટે આપણે આપણા જીવનમાં રહેલા છ વર્ષનો સદ્દુપયોગ ન કરીએ.

જ્યાં આવતી કાલ આટલી શંકાસ્પદ બની ગઈ હોય ત્યાં તમે જન્મોની વાત કરશો, તે અર્થહીન છે, કોઈ સાંભળવા તૈયાર નથી - કોઈ સાંભળતું નથી. તેથી જ હું કહું છું... પ્રયોગ આજે જ થવો જોઈએ અને પરિણામ આજે જ આવવું જોઈએ અને જો કોઈ મને એક કલાક આપવા તૈયાર હોય, તો આજે જ, તે જ કલાક પછી, તેને પરિણામનો અહેસાસ થવો જોઈએ. તો જ તે કાલે કલાક આપી શકશે, નહીં તો કાલે કલાકની કોઈ આશા નથી. તેથી યુગની જરૂરિયાત બદલાઈ છે. તે બળદગાડાની દુનિયા હતી, તે સમયે બધું ધીમે ધીમે ચાલતું હતું, સાધના પણ ધીમે ધીમે ચાલતી હતી. આ એક જેટ વર્લ્ડ છે, સાધના પણ ધીમેથી આગળ વધી શકતી નથી, તે પણ તીવ્ર, ગતિશીલ, ઝડપી હોવી જોઈએ.

-ઓશો

જેણે જે શોધ્યું, તેને તે મળ્યું

પ્રિય ઓશો,

સક્રિય ધ્યાન ખૂબ જ સક્રિય છે, ઘણા પ્રયત્નોની જરૂર છે. શું આપણે શાંતિથી બેસીને ધ્યાન ન કરી શકીએ?

તમે શાંતિથી બેસી શકો છો અને ધ્યાન માં પ્રવેશી શકો છો, પરંતુ ફક્ત શાંતિથી બેસી શકો છો અને કંઈ કરશો નહીં. જો તમે શાંતિથી બેસી શકો તો તે ધ્યાન બની જશે, સંપૂર્ણ રીતે બેસો. નિષ્ક્રિયતા તમારી એકમાત્ર ક્રિયા હોવી જોઈએ. વાસ્તવમાં, ઝેન શબ્દ જ ઝાઝેન પરથી આવ્યો છે જેનો અર્થ થાય છે બેસવું, કંઈ ન કરવું. જો તમે ફક્ત બેસી શકો, શરીર અને મન પણ નિષ્ક્રિય થઈ જાય, તો તે ધ્યાન છે, પરંતુ તે મુશ્કેલ છે.

જ્યારે તમે કંઈક કરી રહ્યા હો ત્યારે બેસવું સહેલું છે, પરંતુ જો તમે નિષ્ક્રિય બેસો તો તે મુશ્કેલ બની જાય છે. શરીરના દરેક તંતુ અંદરથી કંપવા લાગે છે, દરેક નસ કંપનથી ભરાઈ જાય છે. તમે સૂક્ષ્મ કંપન અનુભવવાનું શરૂ કરો છો. તમે શરીરના ઘણા બધા બિંદુઓ વિશે પ્રથમ વખત જાગૃત થશો જેના વિશે તમે જાણતા ન હતા, તેથી તમે બાકીના પગલાઓ પૂર્ણ કર્યા પછી જ બેઠકનો ઉપયોગ કરી શકો છો.

તમે ફક્ત બેસી શકો છો, તે સરળ છે. તમે ફક્ત નૃત્ય કરી શકો છો, તે વધુ સરળ છે. બુદ્ધ મુદ્રામાં બેસવું એ છેલ્લું કાર્ય છે. તે પ્રથમ સ્થાને ક્યારેય ન કરવું જોઈએ. જ્યારે તમે ક્રિયા સાથે સંપૂર્ણ રીતે ઓળખાઈ જાઓ છો ત્યારે જ તમે બિન-ક્રિયા સાથે ઓળખી શકો છો.

તેથી હું લોકોને ક્યારેય બેસવાનું કહેતો નથી. જ્યાંથી તમે સરળતાથી મુસાફરી કરી શકો ત્યાંથી શરૂઆત કરો, નહીં તો તમે અંદર ઘણી બધી નકામી વસ્તુઓનો અનુભવ કરવા લાગશો.

જો તમે બેસીને ધ્યાન કરવા લાગશો તો તમને અંદરથી ઘણી મૂંઝવણ જોવા મળશે. તમે ફક્ત તમારા અસ્વસ્થ મનથી જ વાકેફ હશો અને બીજું કંઈ નહીં. તેના કારણે તમે હતાશ થઈ જશો અને તમે દુઃખી થઈ જશો. તમે ખુશ નહીં થાવ. તમને લાગશે કે તમે પાગલ છો અને ક્યારેક તમે ખરેખર પાગલ થઈ શકો છો.

જો તમે અધિકૃત રીતે બેસવાનો પ્રયાસ કરો છો, તો તમે ખરેખર પાગલ થઈ શકો છો. લોકો પાગલ નથી થતા કારણ કે તેઓ સંપૂર્ણ પ્રયાસ કરતા નથી. આવી ઘટનાઓ અગાઉ પણ ઘણી વખત બની છે. લોકો બુદ્ધાસનમાં બેસીને ધ્યાન કરવાથી પાગલ થઈ ગયા છે, તેથી હું આ રીતે ધ્યાન કરવાનું સૂચન કરતો નથી. કદાચ, તમારી અંદર રહેલા તમામ ગાંડપણનો અનુભવ કરવા માટે

તમે કદાચ તૈયાર ન હોવ. તમારે કેટલીક બાબતો ધીમે ધીમે જાણવી જોઈએ. જ્ઞાન હંમેશા સારું હોતું નથી. તમારી જાણવાની ક્ષમતા વધે છે તે જ પ્રમાણમાં તે ધીમે ધીમે દેખાવા જોઈએ.

ચાલો હું તમારી ગાંડપણથી શરૂઆત કરું. મેં તારું ગાંડપણ છોડ્યું. જ્યારે તમે પાગલની જેમ ડાન્સ કરો છો, ત્યારે તમારી અંદર વિપરીત થાય છે. તે ઉન્મત્ત નૃત્ય સાથે તમે તમારી અંદરના એક શાંત બિંદુને જાગૃત કરવાનું શરૂ કરો છો. જ્યારે ચુપચાપ બેસી રહે ત્યારે બરાબર ઊલટું થાય છે. તમે અંદરના ગાંડપણથી વાકેફ થશો.

ધ્યાન હંમેશા વિરુદ્ધ છેડે હોય છે. ગાંડાની જેમ નાચતા, રડતા, અસ્તવ્યસ્ત શ્વાસ લઈને તમારું ગાંડપણ બહાર આવે છે. તે પછી તમે એક સૂક્ષ્મ બિંદુ અનુભવવાનું શરૂ કરો છો, જે શાંત અને ગતિહીન છે. આ લાગણી પરિઘ પર વધી રહેલા ગાંડપણના વિરોધમાં આવે છે. તમારા કેન્દ્રમાં મૌન છે, ત્યાં તમે ઊંડો આનંદ અનુભવશો.

તે સારું રહેશે જો તમે પ્રવૃત્તિ સાથે પ્રારંભ કરો, કંઈક જે હકારાત્મક, ગતિશીલ, જીવંત છે. પછી તમે તમારી અંદર સ્થિરતા મેળવશો જે ધીમે ધીમે વધશે. તે જેટલું વધુ વધે છે, તેટલું જ તમારા માટે બેસતી વખતે અથવા સૂતી વખતે મુદ્રામાં જાળવવાનું શક્ય બનશે. પછી નિષ્ક્રિય ધ્યાન શક્ય બનશે. ત્યાં સુધીમાં વસ્તુઓ ઘણી બદલાઈ ગઈ હશે.

ધ્યાનની પદ્ધતિ જે ચળવળથી શરૂ થાય છે, ક્રિયા સાથે, તમને બીજી ઘણી રીતે મદદ કરે છે. તે ક્રિયા કેથેર્સિસ, કેથેર્સિસ બની જાય છે. જ્યારે તમે ફક્ત બેસો છો, ત્યારે તમે બેચેની અનુભવો છો. દરેક એક મજ્જા ફાઇબર ખસેડવાનું શરૂ કરે છે. તમે તમારા પર કંઈક લાદી રહ્યા છો જે તમારા માટે સ્વાભાવિક નથી. તમે તમારી જાતને બે ભાગમાં વહેંચી દીધી છે - એક જે લાદવામાં આવી રહ્યો છે અને એક જે પર લાદવામાં આવી રહ્યો છે, અને હકીકતમાં જે ભાગ પર લાદવામાં આવી રહ્યો છે તે વધુ પ્રમાણિક છે. આ દબાયેલો ભાગ તમારા મનનું સત્ય છે જે બહુ મોટું છે. સ્વાભાવિક રીતે આ મોટો ભાગ જીતશે. પીડામાંથી પસાર થવું પડશે.

પ્રિય ઓશો,

સક્રિય ધ્યાનના પ્રથમ થોડા દિવસોમાં, સ્નાયુઓ જકડાઈ જાય છે અને બધી જગ્યાએ દુખાવો શરૂ થાય છે. શું આ મુશ્કેલીને હલ કરવાનો કોઈ રસ્તો છે?

ચાલુ રાખો. તમે તેનાથી આગળ વધો અને કારણો સ્પષ્ટ છે. ત્યાં બે કારણો છે, પ્રથમઃ તે ખૂબ જ તીવ્ર કસરત છે અને તમારા શરીરને તેની સાથે સંતુલિત થવું પડશે. તેથી, ત્રણ-ચાર દિવસ સુધી એવું લાગશે કે આખું અસ્તિત્વ દુઃખથી ભરેલું છે. કોઈપણ નવી કસરત સાથે એવું લાગશે, પરંતુ થોડા દિવસો પછી તમને તે અટકી જશે અને તમારું શરીર પહેલા કરતા વધુ મજબૂત લાગશે.

પરંતુ આ પણ મૂળભૂત નથી. મૂળ વાત ઊંડી જાય છે. આધુનિક

મનોવિજ્ઞાને શોધેલી મૂળભૂત બાબત એ છે કે તમારું શરીર માત્ર ભૌતિક નથી. જુલમને કારણે તમારા શરીરમાં, તમારા સ્નાયુઓ, તમારા શરીરની રચનામાં ઘણી વસ્તુઓ પ્રવેશી ગઈ છે. જો તમે ક્રોધને દબાવો છો, તો તે શરીરમાં પ્રવેશ કરે છે. તે સ્નાયુઓમાં જાય છે, તે લોહીમાં જાય છે. જો તમે કોઈ પણ વસ્તુને દબાવી દો છો, તો તે ખાલી માનસિક વસ્તુ નથી, તે શારીરિક પણ છે, કારણ કે વાસ્તવિકતામાં તમે વિભાજિત નથી.

તમે બે વસ્તુઓ નથી, મન અને શરીર, તમે શરીર-મન છો, મનોવૈજ્ઞાનિક છો, તમે બંને સાથે છો. તેથી જે કંઈ શરીરને કરવામાં આવે છે તે મનમાં જાય છે અને જે મનને કરવામાં આવે છે તે શરીરને જાય છે. મન અને શરીર એક જ વસ્તુના બે છેડા છે.

ઉદાહરણ તરીકે, જો તમને ગુસ્સો આવે છે, તો શરીરનું શું થાય છે? જ્યારે પણ તમને ગુસ્સો આવે છે, ત્યારે ચોક્કસ ઝેર લોહીમાં છોડવામાં આવે છે. તે ઝેર વિના તમે ગુસ્સે થવા માટે પાગલ ન થઈ શકો. તમારા શરીરમાં ખાસ પ્રકારની ગ્રંથિઓ હોય છે અને તે અમુક રસાયણોને મુક્ત કરે છે.

તેથી જ જ્યારે તમે ગુસ્સે હો ત્યારે તમે એવી વસ્તુઓ કરી શકો છો જે સામાન્ય રીતે તમે કરી શકતા નથી કારણ કે તમે પાગલ થઈ ગયા છો. તમે એક મોટો ખડક ખસેડી શકો છો. તમે સામાન્ય રીતે તે કરી શકતા નથી. પછીથી તમે વિશ્વાસ પણ કરી શકતા નથી કે તમે ખડકને ખસેડ્યો છે કે તેને ઉપાડ્યો છે. જ્યારે તમે ફરીથી સામાન્ય સ્થિતિમાં આવો છો, ત્યારે તમારી પાસે તે ખડકને ઉપાડવા માટે પૂરતી શક્તિ નહીં હોય કારણ કે તમે હવે પહેલા જેવા નથી. તમારા લોહીમાં કેટલાક ખાસ રસાયણો વહેતા હતા. તમે કટોકટીની સ્થિતિમાં હતા. તમારી બધી શક્તિઓ સક્રિય થઈ ગઈ.

પરંતુ જ્યારે પ્રાણી ગુસ્સે થાય છે, ત્યારે તે ગુસ્સે રહે છે. તેની પાસે ત્યાં કોઈ નૈતિકતા નથી, તેના માટે કોઈ શિક્ષણ નથી. તે સીધો ગુસ્સે થઈ જાય છે અને ગુસ્સો બહાર આવે છે. જ્યારે તમે ગુસ્સે થાઓ છો, ત્યારે તમે પ્રાણીની જેમ ગુસ્સે પણ થાઓ છો, પરંતુ પછી સમાજ છે, નૈતિકતા છે, વર્તન અને અન્ય હજારો વસ્તુઓ છે અને તમે ગુસ્સાને દબાવી દો છો. તમારે બતાવવું પડશે કે તમે ગુસ્સે નથી, તમારે સ્મિત કરવું પડશે, એક ચીકણું સ્મિત. તમારે સ્મિત બનાવીને ગુસ્સાને દબાવવો પડશે. ત્યારે શરીરનું શું થાય છે? શરીર લડવા માટે તૈયાર હતું, કાં તો લડવા માટે કે ભાગી જવા માટે, ભયથી ભાગવા માટે, કાં તો તેનો સામનો કરવા અથવા છટકી જવા માટે. શરીર કંઈક કરવા માટે તૈયાર હતું, ક્રોધ માત્ર કંઈક કરવાની તૈયારી છે. શરીર હિંસા માટે, હુમલા માટે તૈયાર છે.

જો તમે હિંસક અથવા આક્રમક બનશો તો ઊર્જા છૂટી જશે, પરંતુ તમે બની શકતા નથી. તે અનુકૂળ નથી, તેથી તમે તેને અંદરથી દબાવી દો. તો પછી તે સ્નાયુઓનું શું થશે જે હુમલા માટે તૈયાર હતા? તે લકવાગ્રસ્ત થઈ જશે. ઊર્જા તેમને હુમલો કરવા માટે દબાણ કરશે અને તમે તેમને આક્રમક ન બનવા માટે પાછા દબાણ કરશો. તમારા સ્નાયુઓમાં, તમારા લોહીમાં, તમારા શરીરના કોષોમાં સંઘર્ષ ઊભો થશે; તેઓએ બધું જ વ્યક્ત ન કરવું જોઈએ, તમે તેમને દબાવી રહ્યા છો. તમારું શરીર લકવાગ્રસ્ત થઈ જાય છે.

આવું દરેક લાગણી સાથે થાય છે અને વર્ષો સુધી દરરોજ થતું રહે છે. પછી તમારું શરીર બધે લકવાગ્રસ્ત થઈ જાય છે. તમામ જ્ઞાનતંતુઓ લકવાગ્રસ્ત થઈ જાય છે. તેઓ વહેતા રહેતા નથી; તેઓ પ્રવાહી રહેતા નથી; તેઓ જીવંત રહેવાનું બંધ કરે છે; તેઓ મૃત બની જાય છે. તેઓ ઝેરી બની જાય છે. તેઓ બધા ફસાઈ જાય છે, તે કુદરતી નથી.

કોઈપણ પ્રાણીને જુઓ અને તેના શરીરની સુંદરતા પર ધ્યાન આપો. માનવ શરીરને શું થયું છે? તે આટલો હેન્ડસમ કેમ નથી, કેમ? દરેક પ્રાણી ખૂબ સુંદર છે, માનવ શરીર કેમ સુંદર નથી? તેને શું થયું છે? તમે તેને કંઈક કર્યું. તમે તેનો નાશ કર્યો છે અને તે તેનો કુદરતી પ્રવાહ ગુમાવ્યો છે અને સ્થિર અને સડો થઈ ગયો છે. તમારા શરીરનો દરેક ભાગ ઝેરથી ભરેલો છે. તમારા શરીરના દરેક સ્નાયુમાં દબાયેલો ક્રોધ, દબાયેલ વાસના, દબાયેલ લોભ, દબાયેલ ઈર્ષ્યા, દબાયેલ દ્વેષ, બધું જ દબાયેલું છે. તમારું શરીર ખરેખર બીમાર છે.

તેથી, જ્યારે તમે ધ્યાન કરવાનું શરૂ કરો છો, ત્યારે આ બધા ઝેર છોડવા લાગે છે અને જ્યાં શરીર અટકી જાય છે, તે ફરીથી પીગળવા લાગે છે અને ફરીથી પ્રવાહી બની જાય છે. ચાલીસ વર્ષ સુધી ખોટી રીતે જીવ્યા પછી અચાનક ધ્યાન કરવાથી આખા શરીરમાં તોફાન સર્જાય છે. તમે તમારા આખા શરીરમાં પીડા અનુભવો છો, પરંતુ આ પીડા સારી છે અને તમારે તેનું સ્વાગત કરવું જોઈએ. શરીરને ફરીથી વહેવા દો, તે ફરીથી સુંદર અને મજબૂત બનશે. તમે ફરીથી જીવંતતા અનુભવવા લાગશો, પરંતુ તે જીવંતતા આવે તે પહેલાં, મૃત્યુ પામેલા અંગોને ફરીથી જીવંત કરવા પડશે અને આ થોડું પીડાદાયક હશે.

મનોવૈજ્ઞાનિકો કહે છે કે આપણે શરીરની આસપાસ એક ઢાલ બનાવી છે અને તે કવચ જ સમસ્યા છે. જ્યારે તમે ગુસ્સો અનુભવો છો, જો તમને તે વ્યક્ત કરવાની સ્વતંત્રતા આપવામાં આવે તો તમે શું કરશો? જ્યારે તમે ગુસ્સે થાઓ છો ત્યારે તમે તમારા દાંત પીસવા માંડો છો. તમે તમારા નખ અને હાથ વડે કંઈક કરવાનું શરૂ કરો કારણ કે તે

પ્રાણીઓની પ્રજાતિમાંથી આપણી સાથે આવ્યું છે. તમે તમારા હાથથી કંઈક કરવા માંગો છો, કંઈક નાશ કરવા માંગો છો.

જો તમે કંઈ ન કરો તો તમારી આંગળીઓ લકવાગ્રસ્ત થઈ જાય છે. તેમની સુંદરતા અને કોમળતા ખોવાઈ જાય છે. તેઓ હવે જીવંત અંગો રહેશે નહીં અને ઝેરથી ભરેલા હશે. તેથી જ જ્યારે તમે કોઈની સાથે હાથ મિલાવો છો ત્યારે કોઈ વાસ્તવિક સ્પર્શ થતો નથી કારણ કે તેમનામાં કોઈ જીવન નથી, તે મૃત છે.

તમે તેને અનુભવી શકો છો. નાના બાળકના હાથને સ્પર્શ કરો અને તમને તેમાં થોડો તફાવત અનુભવાશે. જ્યારે બાળક તમારા હાથમાં હાથ મૂકે છે... જો બાળક તમને તેનો હાથ ન આપવા માંગતો હોય તો તે તેનો હાથ તમારાથી દૂર લઈ જશે. તે તમારા મૃત હાથમાં પોતાનો હાથ મૂકશે નહીં. તે તેનો હાથ દૂર કરશે, પરંતુ જો તે તેનો હાથ તમને આપવા માંગે છે, તો તમે તેનો હાથ તમારામાં ઓગળતો અનુભવશો. તેની હૂંફ, તેનો પ્રવાહ એવો હશે કે આખું બાળક તેના હાથમાં આવી ગયું છે, આ સ્પર્શમાં તે પોતે જ પોતાનો બધો પ્રેમ વ્યક્ત કરશે, જેટલો વ્યક્ત કરી શકાય.

પણ એ જ બાળક જ્યારે મોટો થાય છે ત્યારે તે હાથ મિલાવે છે જાણે તેનો હાથ કોઈ મૃત વસ્તુ હોય. તે હાથમાં આવશે નહીં, તે તેના દ્વારા વહેશે નહીં અને આ થયું કારણ કે વચ્ચે ઘણી વસ્તુઓના અવરોધો આવ્યા છે. ગુસ્સો બંધ થઈ ગયો. વાસ્તવમાં, તમારા હાથ જીવનમાં પાછા આવે તે પહેલાં, તેમને પીડામાંથી પસાર થવું પડશે. જો એ ક્રોધ ના છૂટે તો એ ક્રોધ માર્ગમાં વિઘ્ન ઊભું કરશે અને પ્રેમ નહિ રહે.

ફક્ત તમારા હાથ જ નહીં પરંતુ તમારું આખું શરીર આ રીતે થંભી ગયું છે. તમે કોઈને ગળે લગાડો છો, કોઈને તમારી છાતીની નજીક લાવો છો, પરંતુ એવું નથી થતું કે તમે કોઈને તમારા દિલની નજીક લઈ ગયા છો. આ બે વસ્તુઓ બે અલગ વસ્તુઓ છે. તમે કોઈને ગળે લગાવી શકો છો. આ એક ભૌતિક ઘટના છે, પરંતુ જો તમારા હૃદયની આસપાસ ઢાલ હોય, લાગણીઓનો અવરોધ હોય, તો માણસ એટલો જ દૂર રહેશે જેવો તે દૂર હતો અને કોઈ નિકટતા શક્ય નથી, પરંતુ હકીકતમાં જો તમે કોઈને નજીક લાવો, જો તમારી અને તેની વચ્ચે કોઈ ઢાલ ન હોય, કોઈ દિવાલ ન હોય, તો તમારું હૃદય બીજાના હૃદયમાં ઓગળી જશે અને એક મિલન, મિત્રતા હશે.

તમારા શરીરને ઘણા ઝેરમાંથી મુક્ત કરવું પડશે. તમને ઝેર આપવામાં આવ્યું છે અને તમે તેને અનુભવશો કારણ કે આ બધા ઝેર મૂળિયામાં છે. હવે હું ફરીથી અરાજકતા સર્જી રહ્યો છું. આ ધ્યાન તમારી

અંદર ફરીથી અરાજકતા પેદા કરશે જેથી તમે પુનઃસંગઠિત થઈ શકો, જેથી નવું સર્જન શક્ય બની શકે. જેવા તમે છો તેવા તમારે નાશ પામવું પડશે, તો જ નવો જન્મ થશે. જેમ તમે છો, તમે સંપૂર્ણપણે ખોટા છો. તમારે નાશ કરવો પડશે, તો જ કંઈક નવું બનાવી શકાય છે. પીડા હશે, પીડા હશે, પરંતુ આ પીડા સહન કરી શકાય તેવી છે.

તેથી ધ્યાન ચાલુ રાખો અને જો શરીરમાં દુખાવો થતો હોય તો થવા દો. શરીરને રોકશો નહીં, શરીરને પીડામાંથી પસાર થવા દો. આ દર્દ તમારા ભૂતકાળમાંથી આવે છે, પરંતુ તે દૂર થઈ જશે, જો તમે તેને જવા દો અને તે દૂર થઈ જશે, તો પ્રથમ વખત તમારી પાસે શરીર હશે, અત્યારે તમારી પાસે ફક્ત એક જેલ છે, એક બંધ કેપ્સ્યુલ છે. તમે ચારે બાજુ છીપમાં બંધ છો, તમારી પાસે જીવંત, ગતિશીલ શરીર નથી. પ્રાણીઓ પણ તમારા કરતાં વધુ સુંદર, વધુ ગતિશીલ શરીર ધરાવે છે.

આપણે આપણા શરીર પર ઘણી હિંસા કરી છે. તેથી જ્યારે હું તમારા શરીરને આ અસ્તવ્યસ્ત ધ્યાનમાં ફરીથી જીવંત થવા માટે દબાણ કરીશ, ત્યારે ઘણા અવરોધો તૂટી જશે, જે વસ્તુઓ ખૂબ જ કઠોર બની ગઈ છે તે પીગળી જશે, જે વસ્તુઓ ખૂબ જ સ્થિર થઈ ગઈ છે તે પીગળી જશે.

પદ્ધતિઓ પ્રવાહી બની જશે. પીડા હશે, પણ આવકાર્ય છે. તે શુભ છે, અને તમે તેને પાર કરશો, તે આશીર્વાદ છે. ચાલુ રાખો, વિચારવાની જરૂર નથી કે શું કરવું? તમે ફક્ત ધ્યાન ચાલુ રાખો. મેં સેંકડો લોકોને આ પ્રક્રિયામાંથી પસાર થતા જોયા છે અને થોડા જ દિવસોમાં પીડા દૂર થઈ જાય છે અને જ્યારે પીડા દૂર થઈ જાય છે ત્યારે તમારી આસપાસ એક સૂક્ષ્મ આનંદ હોય છે.

તે આવશે, પરંતુ તમારે આ યાતના, આ પીડામાંથી પસાર થવું પડશે. તે તમારા ભાગ્યનો એક ભાગ છે, કારણ કે તમે તેને બનાવ્યું છે, પરંતુ તે જાય છે. જો તમે તેને રોકશો નહીં, તો તે ચાલ્યો જશે.

જો તમે અધવચ્ચે જ રોકાઈ જશો તો જૂની ભીડ પાછી આવી જશે અને ચાર-પાંચ દિવસમાં તમને લાગશે કે તમે પહેલા જેવા જ છો. તેને યોગ્ય રીતે મેળવવા માટે સાવચેત રહો.

-ઓશો
કેનોપનિષદ

જે થાય તે થવા દો

દાવ પર લગાવ્યા પછી જ્યારે તમારી અંદર કંઈક થવાનું શરૂ થાય છે, ત્યારે તમારે તમારી જાતને સંપૂર્ણપણે છોડી દેવી પડશે - ફક્ત તરતી, હવે આ પ્રવાહ મને જ્યાં પણ લઈ જશે, અમે જવા માટે તૈયાર

છીએ. એક હદ સુધી આપણે બૂમ પાડવાની છે અને જ્યારે શક્તિ જાગે છે ત્યારે આપણે આપણી જાતને છોડી દેવી પડે છે. મોટા હાથોએ આપણને પકડી લીધા, હવે આપણે ચિંતા કરવાની જરૂર નથી, હવે આપણે તરતા રહેવાનું છે.

આ શક્તિ વધશે અને તેની સાથે ઘણી ઘટનાઓ બનશે, તેથી ડરશો નહીં, કારણ કે નવા અનુભવો ડરામણા છે. જ્યારે બાળક માતાના ગર્ભમાંથી જન્મે છે ત્યારે તે ખૂબ જ નર્વસ થઈ જાય છે. મનોવૈજ્ઞાનિકો કહે છે કે આ એક આઘાતજનક અનુભવ છે અને તેમાંથી ક્યારેય છૂટકારો મેળવી શકાતો નથી. માતાના ગર્ભમાંથી જન્મતાની સાથે જ બાળકમાં નવાનો ડર શરૂ થઈ જાય છે, કારણ કે માતાના ગર્ભમાં તે સંપૂર્ણ સુરક્ષિત દુનિયામાં હતું. નવ મહિના સુધી કોઈ ચિંતા ન હતી, કોઈ ચિંતા ન હતી, કોઈ શ્વાસ ન હતો, કોઈ ખાતું નહોતું, કોઈ રડતું નહોતું, કોઈ ગાવાનું નહોતું, કોઈ સંસાર નહોતો, કંઈપણ નહોતું, સંપૂર્ણ આરામ હતો. માતાના ગર્ભમાંથી એક સંપૂર્ણપણે નવી દુનિયા ઉભરી આવે છે. જીવન અને ગભરાટનો પહેલો ધક્કો ત્યાંથી જ આવે છે.

બધા લોકો નવી વસ્તુઓથી ડરે છે અને જૂની વસ્તુઓને પકડી રાખવા માંગે છે. નવાથી ડરે છે. અમારા બાળપણનો એ પહેલો અનુભવ છે કે નવાએ અમને મોટી મુશ્કેલીમાં મૂક્યા, તે સારું હતું માતાના પેટમાં. તેથી, અમે ઘણી બધી વ્યવસ્થાઓ કરી છે જે વાસ્તવમાં માતાના ગર્ભ સમાન છે - અમારા ગાદલા, અમારા સોફા, અમારી કાર, અમારા રૂમ, અમે તે બધાને માતાના ગર્ભના આકારમાં ઘડ્યા છે. અમે તેને શક્ય તેટલું આરામદાયક બનાવવાનો પ્રયાસ કરીએ છીએ, પરંતુ તે શક્ય નથી.

માતાના ગર્ભમાંથી જે પ્રથમ અનુભવ થાય છે તે નવાનો ડર છે. આ તેના કરતા પણ મોટો અનુભવ છે, કારણ કે માતાના ગર્ભમાંથી માત્ર શરીર માટે જ નવો અનુભવ થાય છે, અહીં આત્માના સ્તરે નવો અનુભવ થશે. એટલે એ સાવ નવો જન્મ છે. એટલા માટે અમે આવા લોકોને બ્રાહ્મણ કહીએ છીએ. બે વાર જન્મનારને બ્રાહ્મણો બે વાર જન્મેલા કહેતા. તેથી જ તેને ‹દ્વિજ› કહેવામાં આવે છે... તેનો પુનઃજન્મ થયો હતો.

તેથી જ્યારે તે શક્તિ સંપૂર્ણ રીતે વધે છે, ત્યારે બીજો જન્મ થશે. તે જન્મમાં તમે બંને છો - મા અને પુત્ર પણ, તમે બંને એકલા છો. તેથી જ ડિલિવરીનો દુખાવો થશે... અને નવા અને અસુરક્ષિત હોવાનો અહેસાસ પણ થશે. એટલા માટે તે ખૂબ જ નર્વ-રેકિંગ, ડરામણો અનુભવ હોઈ શકે છે. જેવી રીતે એક માતા પ્રસૂતિ વખતે પીડા અનુભવે છે, તમે પણ તે

જ પીડા અનુભવશો, કારણ કે અહીં તમે માતા અને પુત્ર બંને છો. અહીં બીજી કોઈ માતા નથી અને અહીં બીજો કોઈ પુત્ર નથી. તમે જન્મો છો અને તે તમારા માટે જ થઈ રહ્યું છે. તેથી, ડિલિવરીનો દુખાવો પણ ખૂબ તીવ્ર હોઈ શકે છે.

હવે કેટલા લોકો મારી પાસે આવ્યા અને કહ્યું કે કોઈ જોર જોરથી રડી રહ્યું છે અને બૂમો પાડી રહ્યું છે, તમે તેને કેમ રોકતા નથી? રડશે, ચીસો પાડશે, તેને રડવા દો, ચીસો પાડશે. ફક્ત તે જ જાણે છે કે તેની અંદર શું થઈ રહ્યું છે. હવે એક માતા રડી રહી છે, તેના બાળકનો જન્મ થઈ રહ્યો છે અને જે સ્ત્રીને ક્યારેય બાળક થયું નથી તેણે જઈને તેને પૂછવું જોઈએ કે તું કેમ બિનજરૂરી ચિંતા કરે છે? તમે કેમ રડો છો? શા માટે બૂમો પાડો છો? બાળક જન્મતું હોય તો થવા દો, રડવાની શું જરૂર છે? ઠીક છે, જે કોઈને બાળક નથી થયું તે આ કહી શકે છે, અલબત્ત તે કરી શકે છે. પુરૂષો ક્યારેય જાણી શકતા નથી કે જન્મ દરમિયાન સ્ત્રીને કેવી મુશ્કેલીઓનો સામનો કરવો પડે છે. તે વિચારી પણ શકતા નથી, તેને કેવી રીતે પકડવો, શું થઈ રહ્યું છે તે વિચારવા માટે તેને કેવી રીતે મજબૂર કરવો તે કોઈ રીત નથી.

પરંતુ, ધ્યાન માં, સ્ત્રી અને પુરુષ સમાન છે. દરેક વ્યક્તિ એક અર્થમાં માતા બની જાય છે, કારણ કે જો તેમની અંદર નવો જન્મ લે છે, તો પીડા રોકવાની જરૂર નથી, રડવાનું બંધ કરવાની જરૂર નથી, જો કોઈ નીચે પડી જાય, રોલ કરવા લાગે અને ચીસો પાડવાનું શરૂ કરે તો તેને રોકવાની જરૂર નથી. જે થઈ રહ્યું છે તે થવા દેવું જોઈએ, જવું જ પડશે, રોકવું નહીં.

-ઓશો

જે-જે શોધ્યું તે તે મળ્યું

સંપૂર્ણ ઊર્જા લાગુ કરો

કાલે સવારે જ્યારે આપણે ત્યાં મળીશું અને આ ઉર્જા જાગૃત કરવા તરફ આગળ વધીશું, ત્યારે હું તમારી પાસેથી આશા રાખું છું કે તમે તમારી અંદર એવી કોઈ પણ વસ્તુ છોડશો નહીં જે તમે દાવ પર ન લગાવી હોય. આ કોઈ નાનો જુગાર નથી. ફક્ત તે જ જે અહીં તેના શ્રેષ્ઠ પ્રયાસો કરે છે તે પ્રાપ્ત કરી શકશે. જો તમે એક ઇંચ પણ બચાવો છો, તો તમે તેને ચૂકી શકો છો. કારણ કે બીજ માટે એ કહેવું શક્ય નથી કે મારામાંથી થોડું ટકી રહે અને બાકીનું વૃક્ષ બની જાય. બીજ મરી જશે તો આખું મરી જશે અને જો જીવશે તો આખું જીવશે. આંશિક મૃત્યુ જેવી કોઈ વસ્તુ નથી, આંશિક મૃત્યુ નથી, તેથી જો તમે તમારી જાતને થોડી પણ

બચાવો તો તમારી મહેનત વ્યર્થ જશે, તેને સંપૂર્ણપણે છોડી દો. ઘણી વખત. થોડી સુરક્ષા સાથે બધું ખોવાઈ જાય છે.

મેં સાંભળ્યું છે કે જ્યારે કોલોરાડોમાં પહેલીવાર સોનાની ખાણો મળી આવી ત્યારે આખું અમેરિકા કોલોરાડો તરફ ધસી આવ્યું હતું. સમાચાર આવ્યા કે થોડી જમીન ખરીદો અને તમને સોનું મળશે. લોકોએ જમીનો ખરીદી. એક કરોડપતિએ તેની સંપૂર્ણ સંપત્તિનું રોકાણ કર્યું અને એક આખી ટેકરી ખરીદી અને મોટા સાધનો લગાવ્યા. નાના લોકો નાના ખેતરોમાં સોનું શોધતા હતા. જેણે ટેકરી ખરીદી હતી, મોટા સાધનો લાવ્યા હતા, મોટું ખોદકામ કર્યું હતું, પણ સોનું મળ્યું ન હતું. ત્યારબાદ ગભરાટ ફેલાવા લાગ્યો. બધું દાવ પર હતું. પછી તે ખૂબ જ નર્વસ થઈ ગયો. તેણે ઘરના લોકોને કહ્યું કે આપણે મરી ગયા છીએ, બધી સંપત્તિ દાવ પર લગાવી દેવામાં આવી છે અને સોનાના કોઈ સમાચાર નથી. પછી તેણે એક જાહેરાત મૂકી કે તે આખી ટેકરી વેચવા માંગે છે - તેની સાથે તમામ સાધનો અને ખોદકામની સામગ્રી સામેલ કરવામાં આવશે. ઘરના લોકોએ કહ્યું, કોણ ખરીદશે? બધાને સમાચાર મળ્યા કે આ પહાડ સાવ ખાલી છે, હવે કોણ પાગલ થશે? પરંતુ માણસે કહ્યું કે તે કોઈ અથવા અન્ય હોઈ શકે છે.

ખરીદનાર મળ્યો. વેચતી વખતે પણ, મને લાગ્યું કે વેચનારને ગાંડો ન કરવા કહેવાનું કારણ કે હું મરી ગયો છું, પરંતુ હું આવું કહેવાની હિંમત કરી શક્યો નહીં, કારણ કે જો તે ચૂકી જાય અને ખરીદે નહીં તો શું થશે? વેચ્યા, વેચ્યા પછી તેણે કહ્યું કે તું પણ વિચિત્ર ગાંડો લાગે છે, અમે બરબાદ થઈને વેચીએ છીએ, પણ પેલા માણસે કહ્યું, જીવનમાં કોઈ ખાતરી નથી... જ્યાં સુધી તમે ખોદ્યું હશે ત્યાં સુધી સોનું ન હોઈ શકે, પરંતુ તે આગળ પણ હોઈ શકે છે અને જ્યાં તમે ખોદ્યું છે, તે ત્યાં નહીં હોય, તમે પણ આ કહી શકતા નથી. તેણે કહ્યું, હું પણ આ કહી શકતો નથી અને તે આશ્ચર્યજનક છે, ક્યારેક આવા આશ્ચર્ય પણ થાય છે. પહેલા જ દિવસે સોનાની ખાણકામ માત્ર એક ફૂટની ઉંડાઈથી શરૂ થયું હતું. જે માણસે ટેકરી ખરીદી હતી તે પહેલા તો ધ્રૂસકે ધ્રુસકે રડવા લાગ્યો અને પછીથી વધુ રડ્યો કારણ કે આખી ટેકરી સોનાથી ભરેલી હતી. તે માણસને મળવા પણ ગયો... અને તેણે કહ્યું, “જુઓ નિયતિ!» તે માણસે કહ્યું, “નસીબ નથી, તમે દાવ સંપૂર્ણ ખોદ્યો નથી, તમે સંપૂર્ણ ખોદતા પહેલા તમે પાછા આવ્યા છો, તમે વધુ એક પગ ખોદી શક્યા હોત.”

આ આપણા જીવનમાં દરરોજ થાય છે. હું જાણતો નથી કે હું કેટલા લોકોને ઓળખું છું જેઓ ભગવાન માટે ખોદ કરે છે, પરંતુ તેઓ સંપૂર્ણ ખોદતા નથી, તેઓ અધૂરું ખોદે છે, તેઓ માત્ર ઉપર ખોદે છે અને પછી

પાછા જાય છે, કેટલીકવાર તેઓ માત્ર એક ઇંચ પહેલાં પાછા જાય છે - માત્ર એક ઇંચનું અંતર રહે છે અને તેઓ પાછા આવવા લાગે છે અને ઘણી વખત હું સ્પષ્ટપણે જોઈ શકું છું કે આ વ્યક્તિ પાછો ગયો છે, તે હવે નજીક આવી ગયો હતો, મામલો હવે બની શકે છે. તે પાછો આવ્યો.

તો તમારા મનમાં એક વાત ધ્યાનમાં રાખો કે તમારે કંઈપણ સાચવવું નહીં, તમારે તમારું બધું જ આપવું જોઈએ અને જો તમે ભગવાનને ખરીદવા જઈ રહ્યા છો, તો શું આપણી પાસે આપવા માટે વધુ છે? ચાલો એમાં પણ કંજુસ રહીએ, કંજૂસ નહીં ચાલે. કમ સે કમ ભગવાનના દરવાજે કંજૂસ માટે કોઈ સ્થાન નથી. તે સંપૂર્ણપણે ત્યાં મૂકવું પડશે.

ના, એવું નથી, આપણી પાસે ઘણું રોકાણ છે, ત્યાં શું છે તે પ્રશ્ન નથી. પ્રશ્ન એ છે કે તે સંપૂર્ણ રીતે લાગુ થાય છે કે નહીં, કારણ કે તે સંપૂર્ણ રીતે લાગુ થતાં જ આપણે જ્યાં ઊર્જા રહે છે અને જ્યાંથી ઉર્જા વધવા લાગે છે ત્યાં સુધી પહોંચીએ. હકીકતમાં, સમગ્ર પર આટલો ભાર શા માટે છે? જ્યારે આપણે આપણી સંપૂર્ણ શક્તિનો ઉપયોગ કરીએ છીએ, ત્યારે જ તે શક્તિને વધારવાની જરૂર છે, જે જળાશય (ઊર્જા ભંડાર) છે, જ્યાં સુધી આપણી પાસે શક્તિ બાકી નથી ત્યાં સુધી તેની જરૂર નથી, તે કાર્ય કરવા માટે પૂરતું છે. તેથી જ્યારે આપણી પાસે શક્તિ ન હોય ત્યારે અનામત દળો (આરક્ષિત શક્તિઓ) આપણી અંદર હોય છે. જ્યારે આપણે આપણી સંપૂર્ણ શક્તિ લગાવીએ છીએ ત્યારે તે કેન્દ્ર સક્રિય બને છે. હવે ત્યાંથી સત્તા લેવાની જરૂર છે, નહીં તો કોઈ જરૂર ન હોત.

-ઓશો

મેં જે શોધ્યું, મને તે મળ્યું.

'કેટલાક વર્ષો સુધી કેથાર્ટિક પદ્ધતિઓ સાથે કામ કર્યા પછી, હું મારી અંદર એક ગહન આંતરિક ક્રમ, સંતુલન અને કેન્દ્રીકરણ અનુભવું છું.'

હવે મુશ્કેલી ન ઉભી કરો, થવા દો. હવે એ જ મન જિદ્દી છે. મન કહે, ‹આ શી રીતે બને?› મારા માટે પહેલા અરાજકતામાંથી પસાર થવું જરૂરી છે. આ વિચાર અરાજકતા પેદા કરી શકે છે. આ હું જોઈ રહ્યો છું, લોકો શાંતિ માટે ઝંખતા રહે છે અને જ્યારે તે થવા લાગે છે, ત્યારે તેઓ વિશ્વાસ કરી શકતા નથી. તે એટલું સારું છે કે તેના પર વિશ્વાસ કરી શકાતો નથી. ખાસ કરીને એવા લોકો જે હંમેશા પોતાની ટીકા કરે છે. તેઓ માની શકતા નથી કે આ બધું ‹અશક્ય› તેમની સાથે થઈ રહ્યું છે, પરંતુ મારા માટે? ના, આ શક્ય નથી. તેઓ શાંતિથી, મૌનથી, આવી ઘટનાઓથી વ્યગ્ર થઈને મારી પાસે આવે છે. ‹આ સાચું છે કે હું તેની

કલ્પના કરું છું› એવી ચિંતા શા માટે કરવી? જો આ કલ્પના હોય તો પણ ક્રોધની કલ્પના કરતાં કે વાસનાની કલ્પના કરતાં તે વધુ સારું છે.

શાંતિની કલ્પના કરી શકાતી નથી અને હું તમને કહું છું, શાંતિની કલ્પના કોઈ કરી શકતું નથી, કલ્પનાને કોઈ સ્વરૂપની જરૂર હોય છે, મૌનનું કોઈ સ્વરૂપ નથી. કલ્પનાનો અર્થ છે છબીઓમાં વિચારવું, અને મૌનનું કોઈ પ્રતિબિંબ નથી. તમે જ્ઞાન, સતોરી, સમાધિ, મૌનની કલ્પના કરી શકતા નથી. ના, કલ્પનાને કોઈ આધાર નથી, કોઈ આકાર નથી અને મૌન નિરાકાર છે, અવર્ણનીય છે. એનું ચિત્ર આજ સુધી કોઈએ બનાવ્યું નથી, કોઈ કરી શકતું નથી. તેની કોઈ પ્રતિમા કોતરેલી નથી. આવું કોઈ કરી શકતું નથી.

તમે મૌનની કલ્પના કરી શકતા નથી. મન યુક્તિઓ રમી રહ્યું છે. મન કહેશે, ‹આ કાલ્પનિક હોવું જોઈએ.› તમારા માટે આ કેવી રીતે શક્ય બની શકે? તમારા જેવી મૂર્ખ વ્યક્તિ અને તમારું મૌન તમને અણગમતું છે? એવું હોવું જોઈએ કે તમે કલ્પના કરી રહ્યા છો. અથવા ‹આ માણસ ઓશોએ તમને હિપ્નોટાઈઝ કર્યા છે.› તમે ક્યાંક છેતરાયાનો અહેસાસ કરશો. આવી સમસ્યાઓ ઉભી કરશો નહીં. આવી અનેક સમસ્યાઓ જીવનમાં આવે છે. જ્યારે મૌન થઈ રહ્યું છે, ત્યારે તેમાં આનંદ કરો, તેની ઉજવણી કરો. આનો અર્થ એ છે કે અરાજક શક્તિઓને હાંકી કાઢવામાં આવી છે. મન તેની છેલ્લી રમત રમી રહ્યું છે. તે છેવટ સુધી રમે છે, તે છેક સુધી રમે છે, છેલ્લી ક્ષણે પણ જ્યારે બોધ થવાનો હોય છે, મન છેલ્લી યુક્તિ રમે છે. આ અંતિમ યુદ્ધ છે.

તે વાસ્તવિક છે કે અવાસ્તવિક છે અથવા અરાજકતા અનુસરશે કે કેમ તેની ચિંતા કરશો નહીં. આ રીતે વિચારીને તમે અરાજકતા લાવી છે. તમારા વિચારો જ અરાજકતા પેદા કરી શકે છે અને જ્યારે તે સર્જાશે ત્યારે મન કહેશે ‹હવે વિચારો, મેં તમને પહેલેથી જ કહ્યું છે.›

મન બહુ સ્વાવલંબી છે. પહેલા તે તમને બીજ આપે છે અને જ્યારે તે ફૂલે છે ત્યારે મન કહે છે, ‹જુઓ, મેં તમને પહેલેથી જ કહ્યું હતું કે તમે છેતરાયા છો.› અરાજકતા આવી છે અને તે વિચાર દ્વારા લાવવામાં આવે છે. તો પછી ભવિષ્યમાં અરાજકતા આવવાની બાકી છે કે કેમ તેની ચિંતા શા માટે? તેનું અવસાન થયું છે કે નહીં? બરાબર આ ક્ષણે તમે મૌન છો, તમે આની ઉજવણી કેમ નથી કરતા? અને હું તમને કહું છું, જો તમે ઉજવણી કરો તો તે વધે છે.

ચેતનાની દુનિયામાં ઉજવણી અને આ સહાયક: ચેતનાની દુનિયામાં કંઈક બીજું ઉત્સવના છોડને પાણી આપવા જેવું કંઈક ઉજવણી જેટલું ઉપયોગી નથી. ચિંતા એ ઉજવણીની બરાબર વિરુદ્ધ છે, તે મૂળને કાપી

નાખવા જેવું છે. આનંદ અનુભવો, મૌન સાથે નૃત્ય કરો, આ ક્ષણ તે ત્યાં પર્યાપ્ત છે. શા માટે વધુ માંગ? કાલે એ પોતાની સંભાળ લેશે.

તે ક્ષણ પૂરતી છે, કેમ જીવી ન શકાય. શા માટે તે ઉજવતા નથી, તેને શેર કરો. આનાથી ખુશ થયા હશે. તેને સર્જનાત્મક બનવા દો, તમારા મૌનને સર્જનાત્મક બનવા દો, તેની સાથે કંઈક કરો.

લાખો વસ્તુઓ શક્ય છે કારણ કે મૌન કરતાં વધુ સર્જનાત્મક કંઈ નથી. પિકાસો જેવા વિશ્વવિખ્યાત બનવા માટે મહાન ચિત્રકાર બનવાની જરૂર નથી. હેનરી મૂર બનવાની જરૂર નથી, મહાન કવિ બનવાની જરૂર નથી, મહાન બનવાની મહત્વાકાંક્ષાઓ મનની છે, મૌન નથી.

તમારી પોતાની રીતે ચિત્ર દોરવા માટે, ભલે ગમે તેટલું સરળ હોય. તમારી પોતાની શૈલીમાં હાઈકુ કંપોઝ કરો, ભલે ગમે તેટલું સરળ હોય. ભલે ગમે તેટલું સરળ હોય - તમારી રીતે ગીત ગાવું, થોડો ડાન્સ કરવો, ઉજવણી કરવી. તમે જોશો કે બીજી જ ક્ષણ વધુ મૌન લાવે છે, તમે જોશો કે તમે જેટલી વધુ ઉજવણી કરો છો, તેટલું વધુ તમને આપવામાં આવે છે. તમે જેટલું વધુ શેર કરશો, તેટલું વધુ તમે પ્રાપ્ત કરી શકશો. દરેક ક્ષણે તે વધે છે અને વધતું રહે છે.

આ ક્ષણથી આગલી ક્ષણ ઉદ્ભવશે અને આગલી ક્ષણ હંમેશા આ ક્ષણમાંથી જ ઉદ્ભવે છે, તો તેની ચિંતા શા માટે કરવી. જો આ વર્તમાન ક્ષણ શાંતિપૂર્ણ હોય તો પછીની ક્ષણ કેવી રીતે અસ્તવ્યસ્ત થઈ શકે? તે ક્યાંથી આવશે? તે આ ક્ષણમાંથી જ ઉદ્ભવવું પડશે.

જો હું આ ક્ષણે ખુશ છું, તો હું બીજી ક્ષણમાં નાખુશ હોઈ શકું છું.

જો તમે ઈચ્છો છો કે આગલી ક્ષણ દુઃખની હોય. તો તમારે આ જ ક્ષણે દુઃખી થવું પડશે, કારણ કે દુઃખમાંથી દુઃખ ઉત્પન્ન થાય છે. તમે આગલી ક્ષણમાં જે પણ પ્રાપ્ત કરવા માંગો છો, તમારે તે હમણાં જ વાવવું જોઈએ. એકવાર ચિંતા આવવા દેવામાં આવે અને તમે વિચારવાનું શરૂ કરો કે અરાજકતા આવશે, તે આવશે. તમે તેને પહેલેથી જ લાવ્યા છો. હવે તમારે તેણીને નજીક રાખવી પડશે, તે હંમેશા આવે છે. આગલી ક્ષણ માટે રાહ જોવાની જરૂર નથી, તે પહેલેથી જ છે.

ફક્ત આ વિશે વિચારો અને તે ખરેખર એક વિચિત્ર બાબત છે, જ્યારે તમે ઉદાસ હો ત્યારે તમે ક્યારેય વિચારશો નહીં કે તે કાલ્પનિક હોઈ શકે છે. મેં ક્યારેય એવો માણસ જોયો નથી જે ઉદાસ હોય અને મને કહે કે કદાચ આ કાલ્પનિક છે. દુઃખ તો સાવ વાસ્તવિક છે, પણ સુખ? અચાનક કંઈક ખોટું થાય છે અને તમે વિચારવાનું શરૂ કરો છો, ‹કદાચ આ કાલ્પનિક છે.› જ્યારે પણ તમે તણાવમાં હો ત્યારે તમે ક્યારેય એવું ન વિચારો કે તે કાલ્પનિક છે. જો તમે વિચારી શકો કે તમારો તણાવ

અને પીડા કાલ્પનિક છે તો તે અદૃશ્ય થઈ જશે અને જો તમે વિચારી શકો કે તમારી શાંતિ અને સુખ કાલ્પનિક છે તો તે અદૃશ્ય થઈ જશે.

તમે તમારા વિશ્વના સર્જક છો. જે પણ વાસ્તવિકતા તરીકે રાખવામાં આવે છે તે વાસ્તવિક બને છે. જેને અવાસ્તવિક તરીકે રાખવામાં આવે છે તે અવાસ્તવિક બની જાય છે. તમે તમારી આસપાસના સમગ્ર વિશ્વના સર્જક છો, આને ધ્યાનમાં રાખો. ખુશી અને આનંદની ક્ષણ મળવી ખૂબ જ દુર્લભ છે. વિચારમાં બગાડો નહીં, પણ જો તમે કંઈ ન કરો, જો તમે નાચશો નહીં; જો તમે ગીત ગાતા નથી; જો તમે શેર ન કરો; જેથી એવી શક્યતા રહેલી છે. સર્જનાત્મક બની શકે તેવી જ ઊર્જા ચિંતા પેદા કરશે. તે અંદર નવા તણાવ પેદા કરવાનું શરૂ કરશે.

ઊર્જા સર્જનાત્મક હોવી જોઈએ. જો તમે તેનો ઉપયોગ સુખ માટે કરો છો, તો તે જ ઉર્જા સુખ માટે અને દુ:ખ માટે ઉપયોગમાં લેવામાં આવશે, તમારી પાસે એવી ઊંડી આદતો છે કે તેના માટે ઊર્જાનો પ્રવાહ ખૂબ જ મુક્ત અને કુદરતી છે. સુખ મેળવવું એ કપરું કામ છે.

તેથી શરૂઆતના થોડા દિવસો તમારે સતત એલર્ટ રહેવું પડશે. જ્યારે પણ ખુશીની ક્ષણ આવે છે, ત્યારે તેને તમારા પર પકડવા દો, તે તમને વશ થવા દો. તેનો એટલો સંપૂર્ણ આનંદ માણો કે પછીની ક્ષણ કોઈ અલગ ન હોઈ શકે. તે ક્યાંથી અલગ હશે? તેણી ક્યાંથી આવશે?

તમારો સમય તમારી અંદર રચાયેલો છે. તમારો સમય મારો સમય નથી. મન જેટલા છે એટલા સમાંતર સમય છે. કોઈ એક સમય નથી. જો કોઈ સમય હોત, તો તે મુશ્કેલ હતું. પછી બધી દુ:ખી માનવજાત વચ્ચે, કોઈ બુદ્ધ ન હોઈ શકે કારણ કે આપણને તે જ સમયથી સંબોધવામાં આવ્યા હોત. ના, એવું નથી. મારો સમય

તે મારા તરફથી આવે છે, તે મારી રચના છે. જો એ ક્ષણ સુંદર હોય તો પછીની ક્ષણ વધુ સુંદર જન્મે, આ મારો સમય છે. જો આ ક્ષણ તમારા માટે ઉદાસી છે તો તમારા માટે વધુ દુઃખદ ક્ષણનો જન્મ થયો છે, આ તમારો સમય છે.

-ઓશો

આત્માનું વિજ્ઞાન

દબાયેલી લાગણીઓ અને મનો-શારીરિક સૌંદર્યનું કેથર્સિસ

દરેક વ્યક્તિએ પોતાના પેટમાં ઘણું બધું પકડી રાખ્યું છે, કારણ કે શરીરમાં તે એકમાત્ર જગ્યા છે જ્યાં તમે વસ્તુઓને દબાવી શકો છો અને બીજી કોઈ જગ્યા નથી. જો તમારે કોઈ વસ્તુને દબાવવી હોય, તો તમારે તેને પેટમાં જ દબાવવી પડશે.

જો તમે પેટમાં દવા લો તો... અને દરેક વ્યક્તિએ અનેક પ્રકારની લાગણીઓને દબાવી દીધી છે - પ્રેમની, સેક્સની, ગુસ્સાની, ઉદાસીની, રડવાની, હાસ્યની પણ. તમે ખુલીને હસી પણ શકતા નથી. તે અસંસ્કારી લાગે છે. જો તે અસભ્ય લાગે છે તો તમે સંસ્કારી ન બની શકો, તમારે છીછરા શ્વાસ લેવા પડશે. કારણ કે ઊંડો શ્વાસ લેશો તો દમનના ઘા ફરી વળશે. તમે ડરી ગયા છો. દરેક વ્યક્તિને પેટમાં પડી જવાનો ડર છે.

જ્યારે પેટમાં વધુ પડતો જુલમ જમા થાય છે, ત્યારે શરીર બે ભાગોમાં વહેંચાય છે - નીચલા અને ઉપર. પછી તમે એક નહીં રહો, તમે બે થઈ જશો. નીચેનો ભાગ નિંદા કરાયેલ ભાગ છે. એકતા ખોવાઈ ગઈ છે, દ્વૈત તમારા અસ્તિત્વમાં આવે છે. તમે હવે સુંદર નહીં રહી શકો. તમે પ્રસાદથી ભરપૂર ન હોઈ શકો. તમે એકને બદલે બે શબ વહન કરો છો અને તેમની વચ્ચે હંમેશા અંતર રહેશે. તમે આકર્ષક રીતે ચાલી શકતા નથી, તમારે તમારા પગ ખેંચવા પડશે. હકીકતમાં, જો શરીર એક છે, તો તમારા પગ તમને વહન કરે છે. જો શરીર બે ભાગમાં વહેંચાયેલું હોય તો તમારે તમારા પગ ખેંચવા પડશે. તમારે તમારા શરીરને વહન કરવું પડશે. તે બોજ જેવું લાગે છે. તમે તેનાથી ખુશ ન રહી શકો. તમે ચાલવાને માણી શકતા નથી; તમે સ્વિમિંગનો આનંદ માણી શકતા નથી; તમે ઝડપથી દોડવાનો આનંદ લઈ શકતા નથી કારણ કે શરીર એક નથી. આ બધી હિલચાલ કરવા અને તેનો આનંદ માણવા માટે, શરીરને ફરીથી સંપૂર્ણ બનાવવાની જરૂર છે. અખંડિતતા પુનઃસ્થાપિત કરવી જરૂરી છે: પેટ સંપૂર્ણપણે સાફ હોવું જ જોઈએ.

પેટને શુદ્ધ કરવા માટે, ખૂબ ઊંડા શ્વાસ લેવાની જરૂર છે, કારણ કે જ્યારે તમે ઊંડો શ્વાસ લો છો અને ઊંડો શ્વાસ લો છો, ત્યારે પેટ તે જે વહન કરે છે તે બધું બહાર ફેંકી દે છે. શ્વાસ બહાર કાઢતી વખતે પેટ પોતાને મુક્ત કરે છે. તેથી જ પ્રાણાયામ અને ઊંડા શ્વાસ લેવા એટલા મહત્વપૂર્ણ છે.

જ્યારે પેટ દબાયેલી લાગણીઓથી મુક્ત થઈ જાય છે, જો તમને કબજિયાત હોય, તો તે અચાનક અદૃશ્ય થઈ જશે. જ્યારે તમે પેટમાં લાગણીઓને દબાવો છો, ત્યારે કબજિયાત થશે કારણ કે પેટ સખત થઈ જાય છે. ઊંડાણ નીચે તમે પેટને પ્રતિબંધિત કરી રહ્યાં છો, તમે તેને મુક્તપણે ખસેડવા દેતા નથી. તેથી, જો લાગણીઓ દબાવવામાં આવે છે, તો કબજિયાત થશે. કબજિયાત એ શારીરિક રોગ કરતાં વધુ માનસિક રોગ છે. તે શરીર કરતાં મન સાથે વધુ સંબંધિત છે.

પણ યાદ રાખો, હું મન અને શરીરને બે ભાગમાં વહેંચતો નથી. તેઓ એક જ ઘટનાની બે બાજુઓ છે. મન અને શરીર એ બે વસ્તુ

નથી. વાસ્તવમાં ‹મન અને શરીર› કહેવું યોગ્ય નથી, તેને ‹સાયકો-બોડી› કહેવું વધુ સારું રહેશે. તમારું શરીર એક સાયકોસોમેટિક ઘટના છે. મન શરીરનું સૂક્ષ્મ અંગ છે અને શરીર મનનું સ્થૂળ અંગ છે અને તે બંને એકબીજાને પ્રભાવિત કરે છે, સાથે જાય છે. જો તમે મનમાં કોઈ વાતને દબાવતા હો તો શરીરમાં ગ્રંથીઓ બનવા લાગશે. મન દ્રઢ બને તો શરીર પણ હલકું થાય. તેથી જ હું કેથાર્સિસ પર ખૂબ ભાર મૂકું છું. કેથાર્સિસ એક શુદ્ધિકરણ પ્રક્રિયા છે.

સ્ક્રીમ થેરાપી

મનોવૈજ્ઞાનિકો કહે છે કે રડવાની કળા બાળકને તણાવમાંથી મુક્તિ મેળવવાનો એક માર્ગ છે અને બાળક પર ઘણો તણાવ રહે છે. બાળક ભૂખ્યું છે અને માતા દૂર છે અથવા માતા કામમાં વ્યસ્ત છે. બાળકને પણ ગુસ્સો આવે છે અને જો બાળક રડે છે તો તેનો ગુસ્સો દૂર થઈ જાય છે અને હળવો થઈ જાય છે, પરંતુ માતા તેને રડવા દેતી નથી.

મનોવૈજ્ઞાનિકો કહે છે કે તેને રડવા દો, તેને પ્રેમ આપો, પરંતુ તેને રડવાનું બંધ કરવાનો પ્રયાસ કરશો નહીં. શું કરીશું? શું તમે બાળકને રમકડું સોંપશો કે તેને રડવાનું નહીં કહેશો? બાળકનું મન ડાઈવર્ટ થઈ જશે. તે રમકડું પકડી લેશે, પણ અંદર જે રડવાની પ્રક્રિયા ચાલી રહી હતી તે બંધ થઈ ગઈ અને જે આંસુ વહેવા જોઈએ તે અટકી ગયા અને હૃદય જે બોજથી હળવું થઈ શક્યું નથી. તે રમકડા સાથે રમશે, પણ જે રડવાનું બંધ થઈ ગયું છે તેનું શું થશે? આ ઝેર એકઠું થઈ રહ્યું છે.

મનોવૈજ્ઞાનિકો કહે છે કે બાળકે એટલું ઝેર ભેગું કર્યું છે કે તે તેના જીવનમાં ઉદાસીનું કારણ છે અને તે હતાશ રહેશે. તમે ખૂબ ઉદાસ દેખાઈ રહ્યા છો, તમને ખબર નથી કે કદાચ આ ઉદાસી ન થઈ હોત, જો તમે જીવનમાં પૂરા દિલથી રડ્યા હોત તો આ આંસુ તમારી આખી જીંદગી પર વર્ચસ્વ ન રાખતા, તે દૂર થઈ ગયા હોત અને તમામ પ્રકારના રડવું ઉપચારાત્મક છે. હૃદય હળવું બને છે. રડવામાં માત્ર આંસુ જ નથી વહેતા, અંદરનું દુઃખ, અંદરનો ગુસ્સો, આંતરિક આનંદ, આંતરિક લાગણીઓ પણ આંસુના સહારે બહાર આવે છે અને અંદર કશું જ જમા થતું નથી.

સ્ક્રીમ થેરાપીના લોકો કહે છે કે જ્યારે પણ વ્યક્તિ માનસિક રીતે બીમાર હોય છે ત્યારે તેને એટલું રડવું જરૂરી છે કે તેના રડવાથી તેના હૃદયના દરેક કણ, શ્વાસ, ધબકારા રડવામાં સામેલ થઈ જાય છે. એવી ચીસોની જરૂર છે, જે તેના સમગ્ર અસ્તિત્વમાંથી નીકળે છે, જેમાં તે ચીસો બની જાય છે.

બૂમો પાડવાથી હજારો માનસિક રોગીઓ સાજા થયા છે અને ચીસો કરવાથી તેઓને અનેક રોગોમાંથી મુક્તિ મળે છે, પરંતુ એ ચીસોને પ્રેરિત કરવી ખૂબ જ મુશ્કેલ છે. કારણ કે તમે એટલા દબાયેલા છો કે તમે રડશો તો પણ તમારું રડવું પણ ખોટું છે. તમારું સમગ્ર અસ્તિત્વ તેમાં સમાયેલું નથી. તમારું રડવું પણ કૃત્રિમ છે, તમે ઉપરછલ્લી રીતે રડો છો. આંસુ ફક્ત આંખોમાંથી જ વહે છે, હૃદયમાંથી નહીં, પરંતુ ચીસો એવી હોવી જોઈએ કે તે તમારી નાભિમાંથી નીકળે અને તમારું આખું શરીર તેમાં સમાઈ જાય. તમે ભૂલી જાઓ છો કે તમે ચીસોથી અલગ છો, તમે ચીસો બની જાઓ છો.

તેથી મનોવૈજ્ઞાનિકોને તમને રડતા શીખવવામાં લગભગ ત્રણ મહિના લાગે છે. ત્રણ મહિના સુધી તેનો સતત ઉપયોગ કરવાથી, તમે ઊંડાણમાં લઈ જશો.

આ ઉપચાર ધરાવતા લોકો શું કરે છે? તેઓ તમને જમીન પર તમારી છાતી પર સુવડાવી દે છે અને તમને જમીન પર સૂવા માટે કહે છે અને તમારા મનમાં જે પણ દુ:ખ આવે છે, તેને રોકશો નહીં, બહાર જવા દો. રડવાનું મન થાય તો રડો, ચીસો પાડવાનું મન થાય તો બૂમો પાડો.

ત્રણ મહિના સુધી આવી વ્યક્તિ રોજ બાળકની જેમ જમીન પર પડે છે.

કલાક, બે કલાક. એક દિવસ, એટલે કે, તે ક્ષણ આવે છે જ્યારે વીજળીના પ્રવાહને કારણે તેના હાથ અને પગ ધ્રૂજવા લાગે છે. માણસ તેની આંખો બંધ કરે છે, બેભાન થઈ જાય છે અને એક ભયંકર ચીસો શરૂ થાય છે. ક્યારેક એ ચીસો કલાકો સુધી ચાલુ રહે છે. તે માણસ સંપૂર્ણપણે પાગલ દેખાય છે, પરંતુ તે ચીસો પછી, તેની બધી માનસિક તકલીફો દૂર થઈ જાય છે.

ધ્યાનનો આ પ્રયોગ કે જેના વિશે હું તમને જણાવી રહ્યો છું, તમે ત્યાં સુધી ધ્યાન માં જઈ શકતા નથી જ્યાં સુધી તમારી રડવું, હસવું, નાચવું, ચીસો પાડવી, ગાંડપણ જેવી લાગણીઓ નાબૂદ થઈ જાય. આ અવરોધો છે.

તમે શાંત થવાનો પ્રયાસ કરી રહ્યાં છો અને તમે લાગણીઓથી ભરેલા છો જે બહાર નીકળવા માંગે છે. તારી હાલત આવી છે. જેમ ચાની કીટલી ચાલુ હોય, ઢાંકણું બંધ હોય. ઢાંકણા પર પથ્થરો મુકવામાં આવ્યા છે, કીટલીનું મોં પણ બંધ છે અને નીચેથી આગ પણ સળગી રહી છે. જે વરાળ ભેગી થઈ રહી છે. તે કીટલી તોડી નાખશે, ત્યાં વિસ્ફોટ થશે. દસ-પાંચ લોકોની હત્યા પણ થઈ શકે છે.

આ વરાળને બહાર નીકળવા દો. આ વરાળ બહાર આવતા જ તમે નવા બની જશો અને પછી ધ્યાન તરફના પ્રયોગો શરૂ થઈ શકે છે.

જર્મનીના પ્રખ્યાત મનોચિકિત્સક સેનિટેરિયમમાં સક્રિય ધ્યાન અને કુંડલિની ધ્યાન.

જર્મન ડૉક્ટર જોઆચિમ ગ્લુસ્કા માનસિક રીતે બીમાર દર્દીઓ માટે માનસિક હોસ્પિટલ ચલાવે છે. હાઈલિગિનફેલ્ટ નામના આ સેનેટોરિયમમાં શરૂઆતથી જ ઓશો ધ્યાન પદ્ધતિઓ સારવાર પદ્ધતિનો આવશ્યક ભાગ રહી છે. સક્રિય ધ્યાન વિશે તેઓ કહે છે કે મારી દૃષ્ટિએ સક્રિય ધ્યાન સૌથી શક્તિશાળી પદ્ધતિ છે. તે અર્ધજાગ્રત મનના ઘણા ભાગોને ઉજાગર કરે છે.

તેમનો અનુભવ છે કે સક્રિય ધ્યાન સામાન્ય લોકો માટે એક ઉત્તમ સારવાર પદ્ધતિ છે. આવા લોકોએ તેનો ઉપયોગ કરવો જોઈએ તો જ તેઓને ખબર પડશે કે તે તેમના માટે શું કરી શકે છે.

ડૉ. ગ્લુસ્કા અસામાન્ય ન્યુરોટિક દર્દીઓ માટે કુંડલિની ધ્યાનની ભલામણ કરે છે. તેઓ કહે છે કે "ઓશોની ધ્યાન પદ્ધતિઓની વિશેષતા એ છે કે તેઓ શરીરની ઊર્જાને ગતિશીલ કરે છે અને કુંડલિની ધ્યાન આને ખૂબ જ નમ્ર અને લયબદ્ધ રીતે થવા દે છે."

સક્રિય ધ્યાન સાથે સાયકોસોમેટિક રોગોની સારવાર

ડૉ. રૈના ફ્રોલ્ક, એક મનોચિકિત્સક અને ન્યુરોલોજીસ્ટ, દર મહિને 21-દિવસના સક્રિય ધ્યાનમાં તેમના દર્દીઓનું નેતૃત્વ કરે છે. તે કહે છે, "મારી પાસે આવતા દર્દીઓને બે જૂથોમાં વિભાજિત કરી શકાય છે. કેટલાક માનસિક રોગોથી પીડાય છે જેમ કે આધાશીશી, પેટની બિમારી, હૃદય સંબંધિત પીઠનો દુખાવો, વગેરે. આ એવા દર્દીઓ છે કે જેમના માટે ડોકટરો અસહાયતા અનુભવે છે, અને બીજા તે છે જેઓ હતાશા અથવા સુપ્ત હુમલાઓથી પીડાય છે. સક્રિય ધ્યાન એ બંને પ્રકારના સંશોધન દર્દીઓ માટે અત્યંત ફાયદાકારક સાબિત થયું છે તે જાતે કરવાનું પસંદ કરે છે. છે.

તેમના છેલ્લા 21-દિવસના પ્રયોગમાં એક એવો માણસ હતો જેને ખભા અને હાથમાં એટલો દુખાવો થતો હતો કે તેને દરરોજ ઈન્જેક્શન લેવા પડતા હતા. ત્યારે જ તે પોતાનો હાથ ખસેડી શકતો. સક્રિય ધ્યાન પછી એક સવારે તેણે શોધ્યું કે તે તેને દરેક રીતે ખસેડી શકે છે.

અન્ય એક વ્યક્તિ જે ડિપ્રેશનનો દર્દી હતો. એક અઠવાડિયાના સક્રિય ધ્યાન પછી એક વ્યક્તિએ આખી રાત તેની પત્ની સાથે નૃત્ય કરવામાં વિતાવી. તે ખુશ હતો. "પરંતુ હવે તેને થોડું આશ્ચર્ય થયું છે કે જાગૃત થયેલી આ નવી ઉર્જા તેના જીવન પર કેવી અસર કરશે.

સભ્યતા અને કેથાર્સિસ

જો આપણે દરેક બાળકને શિક્ષણની સાથે સાથે આ કેથાર્સિસ શીખવી શકીએ તો વિશ્વમાં પાગલ લોકોની સંખ્યા સંપૂર્ણપણે ઘટી શકે છે. પાગલ હોવાનો મુદ્દો દૂર થઈ શકે છે, પરંતુ તે દરરોજ વધી રહ્યો છે અને જેટલી સંસ્કૃતિ વધશે તેટલી તે વધશે કારણ કે સંસ્કૃતિ ફક્ત એટલું જ શીખવશે. સભ્યતા ન તો તમને જોરથી હસવા દે છે, ન તો જોરથી રડવા દે છે, ન તમને નાચવા દે છે, ન તો બૂમો પાડવા દે છે, સભ્યતા તમને ચારે બાજુથી દબાવી દે છે અને તમારી અંદર જે કંઈ થાય છે તે અટકતું રહે છે, અટકતું રહે છે - પછી ફૂટે છે અને જ્યારે તે ફૂટે છે ત્યારે તે તમારા નિયંત્રણની બહાર બની જાય છે.

તેથી કેથાર્સિસ (કેથેર્સિસ) એ સક્રિય ધ્યાનનો પ્રથમ ભાગ છે, જે તેને બહાર કાઢવાનો છે.

-ઓશો
જે-જે શોધ્યું તે-તે મળ્યું

ગાંડપણનું આઉટલેટ

વૃદ્ધ સાધકને ઘણી વખત ગાંડો થતો જોવામાં આવતો હતો, તેને ઉન્માદ થતો હતો. જો કોઈ પાગલ વ્યક્તિ હું વર્ણવી રહ્યો છું તે પ્રક્રિયાને અનુસરે તો પણ તે એક કે બે મહિનામાં ગાંડપણમાંથી બહાર થઈ જશે. આ પ્રક્રિયામાં એક સામાન્ય માણસ ક્યારેય પાગલ ન થઈ શકે, કારણ કે આપણે માત્ર ગાંડપણને દબાવવાનો પ્રયાસ નથી કરતા, આપણે તેને દૂર કરવાનો પ્રયાસ કરી રહ્યા છીએ. જૂની પ્રથાએ હજારો લોકોને પાગલ બનાવ્યા છે. આપણે તેને સારા નામ આપતા હતા - ક્યારેક આપણે તેને ઘેલછા, ક્યારેક પરમાનંદ, ક્યારેક આનંદ કહીને બોલાવતા હતા - આપણે તેને કોઈ પણ નામ આપતા હતા, આપણે કહેતા હતા કે તે માણસ પાગલ થઈ ગયો, તે ઓલિયા બન્યો, આ થયું, તે થઈ ગયું, પરંતુ તે ગાંડો થઈ ગયો, તેણે કંઈક એવું ખરાબ રીતે દબાવ્યું કે તે તેના નિયંત્રણની બહાર થઈ ગયું.

આ પ્રક્રિયામાં કામ બેવડું છે. આમાં પહેલું કામ છે કેથાર્સિસનું - આમાં પહેલું કામ તમારી અંદર દટાયેલા કચરાને બહાર કાઢવાનું છે. તે બહાર ફેંકાય તે પહેલાં, પ્રથમ તમે પ્રકાશ બનો... તમે એટલા પ્રકાશ બનો કે ગાંડપણની બધી શક્યતાઓ તમારી અંદરથી દૂર થઈ જાય, પછી તમે અંદર મુસાફરી કરો.

-ઓશો
મેં જે શોધ્યું, મને તે મળ્યું.

ડિપ્રેશન અને ડાયનેમિક મેડિટેશન

આનાથી વધુ યોગ્ય અને નૈતિક શું હોઈ શકે કારણ કે ડિપ્રેશનના રોગથી પીડિત થવાનો અર્થ જ એ છે કે વ્યક્તિએ અંદરથી ઘણું દબાવી દીધું છે. હતાશા એ જુલમ સિવાય બીજું કંઈ નથી. તે ખૂબ જ હતાશ છે કારણ કે તેને પોતાને વ્યક્ત કરવાની મંજૂરી આપવામાં આવી ન હતી. સક્રિય ધ્યાન અભિવ્યક્તિ છે. અભિવ્યક્ત કરીને, અર્ધજાગ્રતમાં જે દબાયેલું છે તેને મુક્ત કરીને, વ્યક્તિ વધુ સંતુલિત, વધુ સ્વસ્થ બનશે.

તમામ પ્રકારની વસ્તુઓને અંદર ધકેલીને આપણે તેને દબાવી દીધું છે. તે અંદરથી ઉકળતું હોય છે. આપણા સમાજમાં જે લોકો મોટા થયા છે તેમને કોઈક પદ્ધતિની જરૂર છે જેથી તેઓ ક્રોધ, વાસના, લોભ, ઈર્ષ્યા અને સ્પર્ધાની ઉલટી કરી શકે. તમે જ્વાળામુખી પર બેઠા છો... અને આ જ્વાળામુખી ગમે ત્યારે ફાટી શકે છે. જો કેથાર્સિસની તક આપવામાં આવે અને સક્રિય ધ્યાન પર સંપૂર્ણ ભાર મૂકવામાં આવે, જો તે સાચું હશે તો આ જ્વાળામુખી અદૃશ્ય થઈ જશે. તમે વધુ સમજદાર બનશો.

જ્યારે બાળક ગુસ્સે થાય છે ત્યારે આપણે કહીએ છીએ, ‹ગુસ્સો ન કરો› અને તે ગુસ્સાને દબાવવાનું શરૂ કરે છે. ધીરે ધીરે એ ક્ષણિક ઘટના કાયમી આદત બની જાય છે. હવે તે ગુસ્સાથી વર્તશે નહીં, પણ અંદરથી ગુસ્સે રહેશે. નાની નાની બાબતોને દબાવીને આપણે આટલો ગુસ્સો એકઠો કર્યો છે. ક્રોધ એક ક્ષણિક તરંગ છે, તે આવે છે અને જાય છે. જો તમે તેને જાહેર કરો તો ગુસ્સે રહેવાની જરૂર નથી. હું બાળકને વધુ પ્રમાણિકતાથી ગુસ્સે થવા માટે કહીશ, તેના ઊંડાણમાં જાઓ, તેને દબાવશો નહીં.

તમે ક્રોધ, વાસના, હિંસા, લોભ, બધું જ એકઠું કર્યું છે. હવે એ સંચય તમારી અંદર ગાંડપણ બની ગયો છે. જો તમે કોઈપણ દમનકારી ધ્યાન શરૂ કરશો, તો તમે આ કચરાને આગળ દબાવી દેશો, તમે તેને ફેંકી શકશો નહીં. તેથી હું કેથાર્સિસથી શરૂઆત કરું છું. પ્રથમ, તમે તમારા જુલમને હવામાં ઉતારશો, તો જ તમે પરિપક્વ બનશો.

તેથી મારી દ્રષ્ટિએ કેથાર્સિસ ખૂબ જ મહત્વપૂર્ણ છે. બધો કચરો આકાશમાં ફેંકી દો. તમે જેની સાથે ગુસ્સે છો તે વ્યક્તિ વગર તમારો ગુસ્સો વ્યક્ત કરો, કોઈપણ કારણ વગર રડો, કોઈપણ કારણ વગર હસો, કોઈ પણ બહાના વગર. પછી તમે જે એકઠું કર્યું છે તે બધું બહાર ફેંકી શકો છો અને એકવાર તમે કેવી રીતે જાણો છો તે પછી તમે સમગ્ર ભૂતકાળના બોજમાંથી મુક્ત થઈ શકો છો.

થોડી જ ક્ષણોમાં તમે આખા જન્મનો, હકીકતમાં અનેક જન્મોનો બોજ ઉતારી શકો છો. જો તમે તમારા ગાંડપણને સપાટી પર આવવા દો, તો તમે અંદરથી ધોવાઇ જશો. તમે ફરીથી બાળકની જેમ તાજા, નિર્દોષ બની જશો. હવે આ સ્વચ્છ નિર્દોષ અવસ્થામાં બેસીને વ્યક્તિ ધ્યાન કરી શકે છે. હવે અંદર બેઠેલો કોઈ પાગલ નથી જે તમારું ધ્યાન બગાડી શકે.

સફાઈ પ્રથમ વસ્તુ હોવી જોઈએ. નહિંતર, પ્રાણાયામ, યોગાસન, યોગમુદ્રા દ્વારા તમે ગાંડપણને દબાવતા જ રહેશો અને રસપ્રદ વાત એ છે કે જ્યારે તમે બધો કચરો ફેંકી દેશો ત્યારે બેસવાનું આપોઆપ થશે, આસનો સ્થાપિત થશે, તે આપોઆપ થશે.

-ઓશો

સ્વામી રાજા ભારતી (બોમ્બે)એ તેમના અનુભવોમાં જણાવ્યું કે સપ્ટેમ્બર 1971 માં એક દિવસ, તેમણે સક્રિય ધ્યાન કર્યું અને બીજા દિવસે સવારે તેમને પેલ્વિસમાં તીવ્ર દુખાવો થયો. અને દુખાવો કિડનીની નીચે ખસવા લાગ્યો. પેશાબની નળીમાં તીવ્ર દુખાવો અને સોય ચોંટવાની પીડા હતી.

ખૂબ જ બળ લગાવ્યા પછી પેશાબ પછી દુખાવો થતો હતો, તેની સાથે વટાણાના કદની પથરી પણ નીકળી હતી અને નાના ટુકડા પણ. પીડા પૂરી થઈ ગઈ હતી. પુષ્કળ પાણી પીવાથી બાકીના કણો પણ બહાર આવી ગયા.

ઓશોને આ જણાવતાં ઓશોએ કહ્યું, “તમે સંપૂર્ણતા, સંપૂર્ણ ઉર્જા અને અતૂટ વિશ્વાસ સાથે ધ્યાન કર્યું, તેથી અશક્ય શક્ય બન્યું. ઊંડા શ્વાસોચ્છવાસ અને કેથાર્સિસની પ્રક્રિયા દ્વારા, માત્ર અંદરની બધી જ સ્થિર લાગણીઓ જ નહીં, પરંતુ શરીરના અવરોધો પણ દૂર થયા. આમાં ચમત્કાર ક્યાં છે?”

સક્રિય ધ્યાન દ્વારા સ્થૂળતા, તણાવ અને ગુસ્સાથી મુક્તિ

સ્થૂળતા : સક્રિય ધ્યાનનો પ્રથમ તબક્કો કે જેમાં ઝડપી અને અસ્તવ્યસ્ત ઊંડા શ્વાસ અંદર અને બહાર લેવાનો સમાવેશ થાય છે તે આપણા શરીરની ચરબી ઓગળવામાં મદદ કરે છે. ઘણા મિત્રો કે જેઓ નિયમિતપણે સક્રિય ધ્યાન કરે છે તેઓએ કોઈપણ દવા કે પરેજી વિના તેમની સ્થૂળતા ઓછી કરી છે અને ધ્યાન તેમની ખાવાની ટેવ અને ઊંઘને મેનેજ કરવામાં મદદ કરે છે.

તણાવ : તણાવ જૂના વિકારો, અશુભ ઊર્જા, નકારાત્મકતાથી આવે છે. એટલે કે ક્રોધ, લોભ, આસક્તિ, અહંકાર, જુસ્સો, દ્વેષ, ઈર્ષ્યા વગેરે. બીજા તબક્કામાં આપણે આપણા અવગુણોને ઓગાળીએ છીએ. જો તમે દરરોજ નિયમિત રીતે ધ્યાન કરો છો, તો તમે નવા વિકારોના પ્રવેશ વિશે જાગૃત થશો.

જેમ રોજ ઘર સાફ કરો તો કોઈ ગંદકી રહેતી નથી, તેવી જ રીતે અંદરના વિકારોને દૂર કરતા રહો તો મન હળવું થવા લાગે છે અને તણાવ પણ રહેતો નથી.

સ્થૂળતાનું બીજું કારણ એ છે કે આપણે પેટને એક સ્ટોર બનાવીએ છીએ જેમાં આપણી લાગણીઓ, ગુસ્સો વગેરે, જેને આપણે વ્યક્ત કરી શકતા નથી, તે પેટમાં જાય છે અને આપણે જાડા થઈએ છીએ તેના અન્ય કારણો પણ હોઈ શકે છે. જ્યારે કેથાર્સિસ દ્વારા વિકારો દૂર થશે, પેટ ખાલી થઈ જશે, તો વિકારો દૂર થવાથી અને ચરબી ઓગળવાથી સ્થૂળતા ઓછી થવા લાગશે.

ક્રોધ : ત્રીજા તબક્કામાં વાસનાના રૂપમાં ઉર્જા જાતીય કેન્દ્રમાંથી ‹હુ› દ્વારા મુક્ત થાય છે અને નાભિના કેન્દ્ર તરફ જવા લાગે છે. જો આપણે વાસના જે તમામ વિકારો (ક્રોધ, લોભ, આસક્તિ, અહંકાર વગેરે) નું મૂળ કારણ છે તેને મૈથુન કેન્દ્રમાંથી મુક્ત કરવાનું શરૂ કરીએ તો વાસનાની સાથે સાથે આ વિકારો પ્રત્યેની સમજણ વધે છે. વધતી જતી સમજણ સાથે વ્યક્તિ તેમના વિશે જાગૃત બને છે અને પછી શપથ લેવા છતાં આપણે ગુસ્સે થઈએ છીએ વગેરે જેવા દુર્ગુણો આપણને પરેશાન કરતા નથી.

ઓશોએ સક્રિય ધ્યાન વિકસાવીને માનવજાતને વરદાન આપ્યું છે. ચેતનાના વિકાસની સાથે તમે સ્થૂળતા અને તણાવથી મુક્ત થઈ શકો છો, સુખી જીવન જીવી શકો છો અને સક્રિય ધ્યાનના રહસ્યોથી તમને પરિચય કરાવવાનો પ્રયાસ કર્યો છે. જો તમે યોગ્ય રીતે ધ્યાન કેવી રીતે કરવું તે જાણો છો, તો તે ઝડપી પરિણામો આપે છે. ગ્રુપમાં કરતા શીખો, જો ગ્રુપ ઉપલબ્ધ ન હોય તો પહેલું સ્ટેપ 2-3 મિનિટ કરો, પછી 3-4 મિનિટ હાથ-પગ હલાવતા રહો અને પછી 3-5 મિનિટ શાંતિથી ઊભા રહો. આ પ્રયોગ સીડીનું કામ કરશે. શક્ય તેટલી વહેલી તકે, ધ્યાન શિબિર અથવા આશ્રમમાં જૂથમાં રહીને ધ્યાન શીખો. જો તમારો સંકલ્પ મજબૂત હશે તો તમે જલ્દી યોગ્ય રીતે ધ્યાન કરતા શીખી જશો, ધ્યાન રાખો કે તે યાંત્રિક ન બની જાય. જે મિત્રો બીજા કે ત્રીજા સ્ટેપમાં બહારથી અવાજ નથી કરી શકતા, જ્યારે તમે ઘરમાં એકલા હો ત્યારે આસપાસનું વાતાવરણ એવું હોય છે, તો બીજા સ્ટેપમાં શરીરને રિલેક્સ કરો અને ત્રીજા સ્ટેપમાં અંદરથી હુ મારજો.

શુભેચ્છાઓ સાથે.

- સ્વામી આનંદ સત્યાર્થી

દરેક ધ્યાન પછી તમે ઉજવણી કરો ત્યારે કરુણા અનુભવો. ફક્ત અનુભવો કે તમારી ઊર્જા લોકોને મદદ કરે છે, તેમની જરૂરિયાતો ગમે તે હોય. તેને વહેવા દો. તમે નિર્ધારિત થશો અને ખૂબ જ હળવાશ અનુભવશો, તમને ઘણી શાંતિ મળશે અને તમે જે મોજા છોડશો તે ઘણા લોકોને મદદ કરશે. તમારા ધ્યાનને હંમેશા કરુણા સાથે સમાપ્ત કરો અને કરુણા બિનશરતી છે. કરુણા ફક્ત તમારા મિત્રો માટે જ ન હોઈ શકે, ફક્ત તમારા સંબંધીઓ માટે જ નહીં.

-ઓશો

ઓશો પુસ્તક ‹લોટસ ઓફ મેડિટેશન› માં કહે છે, “ધ્યાનમાં પ્રવેશતા તમામ સાધકો માટે, માહિતી ઉપયોગી છે કે તેઓ ગમે તે હોય, તેમને ગમે તેવો અનુભવ હોય, તે અનુભવને અહંકાર માટે ખોરાક ન બનવા દો, તે તમારી જાતને વિશેષ માનવાનું કારણ નથી. જેમ જેમ મેં સ્વીકાર્યું કે હું કંઈક વિશેષ બની ગયો - કારણ કે મેં પ્રકાશ જોયો, કારણ કે મને લાગ્યું કે ઈશ્વરની ઉર્જા જલદી જ વધી રહી છે.

આપણે માનીએ છીએ કે મારી સાથે કંઈક ખાસ બન્યું છે, પછી આપણે અહંકારને ખવડાવવાનું શરૂ કરીએ છીએ અને જે ક્ષણે કોઈપણ સિદ્ધિ અહંકાર સાથે જોડાય છે, તે ક્ષણે સિદ્ધિની આગળની યાત્રા અવરોધાય છે અને જ્યારે કંઈક અવરોધિત થાય છે ત્યારે તમે તે જ જગ્યાએ અટકી શકતા નથી, ખૂબ જ ટૂંક સમયમાં તમે પાછા નીચે પડી જશો.

ઓશો - એક પરિચય

ઓશો એ બુદ્ધના અમૃત પ્રવાહમાં એક નવી શરૂઆત છે. તેઓ ભૂતકાળની કોઈ ધાર્મિક પરંપરા અથવા સાંકળની કડી નથી. ઓશોથી એક નવો યુગ શરૂ થાય છે અને તેમની સાથે સમયને બે અલગ-અલગ વિભાગોમાં વહેંચવામાં આવે છે: ઓશો પહેલા અને ઓશો પછી.

ઓશોના આગમનથી એક નવા માણસની, નવી દુનિયાની, નવા યુગની શરૂઆત થઈ છે. જેનો પાયો ભૂતકાળના કોઈ ધર્મમાં નથી, કોઈ દાર્શનિક વિચાર પ્રણાલીમાં નથી. ઓશો સદ્ય સનત ધાર્મિકતાના પ્રથમ વ્યક્તિ છે, એક સંપૂર્ણપણે અનન્ય પ્રબુદ્ધ રહસ્યવાદી.

ઓશો એ એક નવા માણસની, નવી માનવતાની નવીનતા છે. ઓશોનો આ નવો માણસ, ‹ઝોર્બા ધ બુદ્ધ›, એક એવો માણસ છે જે, જોરબાની જેમ, ભૌતિક જીવનનો સંપૂર્ણ આનંદ કેવી રીતે લેવો તે જાણે છે અને જે ગૌતમ બુદ્ધની જેમ, મૌન અને ધ્યાનમાં જવા માટે સક્ષમ છે - એક માણસ જે ભૌતિક અને આધ્યાત્મિક બંને રીતે સમૃદ્ધ છે. ‹ઝોર્બા ધ બુદ્ધ› એક સંપૂર્ણ અને અવિભાજિત માનવ છે. ઓશોનો આ નવો માણસ ભવિષ્ય માટે એકમાત્ર આશા છે, તેમના વિના પૃથ્વીનું કોઈ ભવિષ્ય બચ્યું નથી.

તેમના ઉપદેશો દ્વારા, ઓશોએ માનવ ચેતનાના વિકાસના દરેક પાસાઓને ઉજાગર કર્યા. બુદ્ધ, મહાવીર, કૃષ્ણ, શિવ, શાંડિલ્ય, નારદ, જીસસ તેમજ આદિશંકરાચાર્ય, ગોરખ, કબીર, નાનક, મલુકદાસ, રૈદાસ, દરિયાદાસ, મીરા વગેરે જેવા આધ્યાત્મિક આકાશના અનેક તારાઓ પર તેમના હજારો ઉપદેશો ઉપલબ્ધ છે.

જીવનનું એવું કોઈ પરિમાણ નથી જે તેમના ઉપદેશોથી અસ્પૃશ્ય રહ્યું હોય. તેમણે યોગ, તંત્ર, તાઓ, ઝેન, હસીદ, સૂફી જેવી વિવિધ આધ્યાત્મિક પરંપરાઓના ઊંડા રહસ્યો પર વિગતવાર પ્રકાશ ફેંક્યો છે. અને એ પણ રાજકારણ, કલા, વિજ્ઞાન, મનોવિજ્ઞાન, ફિલસૂફી, શિક્ષણ, કુટુંબ, સમાજ, ગરીબી, વસ્તી વિસ્ફોટ, પર્યાવરણ અને સંભવિત પરમાણુ યુદ્ધ અને તેનાથી આગળ.

આ ઉપરાંત, એઇડ્સ રોગચાળાની વૈશ્વિક કટોકટી જેવા ઘણા વિષયો પર તેમની જીવનની ક્રાંતિકારી દ્રષ્ટિ પણ ઉપલબ્ધ છે.

શિષ્યો અને સાધકો વચ્ચે આપેલા તેમના પ્રવચનો છસો પચાસથી વધુ પુસ્તકોમાં પ્રકાશિત થયા છે અને ત્રીસથી વધુ ભાષાઓમાં અનુવાદિત થયા છે. તે કહે છે, "મારો સંદેશ કોઈ સિદ્ધાંત નથી, વિચાર નથી. મારો સંદેશ એક રસાયણ છે, પરિવર્તનનું વિજ્ઞાન છે."

ઓશોનો જન્મ મધ્ય પ્રદેશના કુચવાડામાં થયો હતો. તેમનો જન્મ 11 ડિસેમ્બર, 1931 માં થયો હતો, 21 માર્ચ, 1953 ના રોજ, તેમના જીવનમાં અંતિમ બોધ સાથે વિસ્ફોટ થયો, તેમણે બોધ પ્રાપ્ત કર્યો અને

19 જાન્યુઆરી, 1990 ના રોજ, તેમણે ઓશો કોમ્યુન ઇન્ટરનેશનલ ખાતે તેમના શરીરનો ત્યાગ કર્યો.

ઓશોની સમાધિ પર સુવર્ણ અક્ષરે લખેલું છે - *નેવર ડાઈડ ઓન્લી વિઝિટ આ પ્લેનેટ અર્થ ડીસે-11-1931-જાન્યુ-19-1990 વચ્ચે*

ધ્યાન અને સર્જનનું આ અનોખું નિયો-સંન્યાસ ગ્રોવ, ઓશો કમ્યુન, ઓશોની ભૌતિક હાજરીમાં પણ, સમગ્ર વિશ્વ માટે આકર્ષણનું એટલું મજબૂત ચુંબકીય કેન્દ્ર છે કે નવા લોકો સતત અહીં સ્વ-પરિવર્તન માટે અને ઓશોની સઘન જીવંત હાજરીમાં ધ્યાન કરવા માટે આવી રહ્યા છે.

એક આમંત્રણ

ઓશોના ઉપદેશો વાંચવા અને સાંભળવા એ પોતે જ એક આનંદ છે. આના દ્વારા તમે તમારા જીવનમાં અભૂતપૂર્વ ક્રાંતિના પગલા સાંભળી શકો છો, પરંતુ આ માત્ર શરૂઆત છે, એક શુભ શરૂઆત છે. આ ઉપદેશો વાંચતી વખતે તમને સમજાયું જ હશે કે ઓશોનો મૂળ સંદેશ છે "ધ્યાન. માત્ર ધ્યાનની ભૂમિ પર જ પ્રેમ, આનંદ અને ઉજવણીના પુષ્પો ખીલે છે. ધ્યાન એ આમૂલ ક્રાંતિ છે."

ચોક્કસ તમે પણ તમારા જીવનમાં આવી આમૂલ ક્રાંતિ ઈચ્છતા હશો. તમારે એવું વાતાવરણ પણ પૂરું પાડવું જોઈએ કે જ્યાં તમે તમારી જાત સાથે પરિચિત થઈ શકો, આત્મ-અનુભૂતિ તરફ કેટલાક પગલાં ભરો, એવી જગ્યા જ્યાં કેટલાક અન્ય લોકો આ દિશામાં આગળ વધી રહ્યા છે.

ઓશોએ પુણેમાં એક સમાન ધ્યાન, ઉજવણી ઉર્જા ક્ષેત્ર બનાવ્યું છે: ઓશો કોમ્યુન ઇન્ટરનેશનલ. ઓશોની હાજરીમાં હજારો લોકોએ અહીં ધ્યાનના ઊંડાણને સ્પર્શ કર્યો છે. સતત ધ્યાન દ્વારા, આ સ્થાન ધ્યાનની એટલી ગાઢ ઉર્જાથી રંગાયેલું બન્યું છે કે આજે પણ, ઓશોના મૃત્યુ પછી, તમે આ બુદ્ધક્ષેત્રમાં ઓશોની હાજરીને તેમની ઊર્જાથી કંપતા અનુભવી શકો છો અને રૂપાંતરિત થઈ શકો છો.

ધ્યાન માટે આ સ્થળનું પોતાનું મહત્વ છે. તેથી, તીર્થસ્થાનો, મંદિરો, મસ્જિદો અને આશ્રમો ભૂતકાળમાં બનાવવામાં આવ્યા છે. મતલબ કે જ્યાં માત્ર પૂજા જ થાય. ત્યાં માત્ર પ્રાર્થના અને ધ્યાન છે, આવી જગ્યાનું વાતાવરણ અલગ છે. પુણે ઉપરાંત, ભારતમાં અન્ય ઘણા ધ્યાન કેન્દ્રો છે જ્યાં સવારથી સાંજ સુધી ઓશોના ધ્યાનના પ્રયોગો કરવામાં આવે છે.

વધુ માહિતી માટે oshoworld.com પર લોગ ઓન કરો. ઓશો કહે છે, "આખી દુનિયામાં મારા નાના સમુદાયો, આશ્રમો અને ધ્યાન કેન્દ્રો નાના બુદ્ધ ક્ષેત્રો બની જશે. આપણે આખી પૃથ્વીને બુદ્ધ ગોળાઓથી ભરવાની છે. આપણે બુદ્ધ ગોળાઓની સાંકળ બનાવવી પડશે."

■■■

આમાં આપનું સ્વાગત છે.
ઓશોનું હિન્દી સાહિત્ય
ઉપનિષદ
સર્વસાર ઉપનિષદ
કૈવલ્ય ઉપનિષદ
અધ્યાત્મ ઉપનિષદ
કઠોપનિષદ
ઈશાવાસ્ય ઉપનિષદ
નિર્વાણ ઉપનિષદ
સ્વ-પૂજા ઉપનિષદ
કેનોપનિષદ
મારું સુવર્ણ ભારત
(વિવિધ ઉપનિષદ-સૂત્રો)
કૃષ્ણ
ગીતા-દર્શન
(આઠ ભાગમાં અઢાર પ્રકરણો)
કૃષ્ણ-સ્મૃતિ
કબીર
સુનો ભાઈ, સાધો,
કહે કબીર હું દીવાનો
કહે કબીર મૈં પૂરા પાયા
ન કાનો સુના ન આંખો દેખા
(કબીર અને ફરીદ)
બુદ્ધ
એસ. ધમ્મો સનાતનો (બાર ભાગોમાં)
અષ્ટાવક્ર
અષ્ટાવક્ર મહાગીતા (છ ભાગમાં)
મહાવીર
મહાવીર વાણી (બે ભાગમાં)
જિન સૂત્રો (બે ભાગમાં)
મહાવીર અથવા મહાવિનાશ
મહાવીરઃ મારી દૃષ્ટિમાં

જ્યો કી ત્યોં ધીરે દીની ચદરિયા
લાઓ ત્ઝુ
તાઓ ઉપનિષદ (છ ભાગમાં)
અન્ય રહસ્યવાદીઓ
અથતો ભક્તિ જિજ્ઞાસા (શાંડિલ્ય)
ભક્તિ-સૂત્ર (નારદ)
શિવ-સૂત્ર (શિવ)
ભજગોવિંદમ મૂઢમતે (આદિ શંકરાચાર્ય)
એક ઓમકાર સતનામ (નાનક)
જગત તરૈયા ભોર કી (દયાબાઈ)
બિન ઘન કરત ફુહાર (સહજોબાઈ)
પદ ઘુંઘરુ બાંધ (મીરા)
નહીં સાંજ નહીં ભોર (ચરણદાસ)
સંતો, મગન ભાયા મન મેરા (રજબ)
કહે વાજીદ પુકાર (વાજીદ)
મરો ઓ જોગી મરો (ગોરખ)
સહજ-યોગ (સરહાપા-તિલોપા)
બિરહિની મંદિર દિયાના બાર (યારી)
પ્રેમ રંગ રસ ઓઢ ચદરિયા (દુલન)
દરિયા કાહે સબ નિર્વાણ (દરિયાદાસ બિહારવાલે)
હંસા તો મોતી ચુગે (લાલ)
ગુરુ પરતાપ સાધ કી સંગતિ (ભીખા)
મન હી પૂજા મન હી ધૂપ (રૈદાસ)
ઝરત દસહુ દિસ મોતીવ(ગુલાલ)
નામ સુમીર મન બાવરે (જગજીવન)
અરી, મેં તો નામ કે રંગ છકી (જગજીવન)
કાનો સુની સો જૂઠ સબ(દરિયા)
અમી જરત બિગસત કંવલ (દરિયા)
હરિ બોલો હરિ બોલો (સુંદરદાસ)
જ્યોતિ સે જ્યોતિ જલે (સુંદરદાસ)
જસ પનિહાર ધરે સિર ગાગર (ધરમદાસ)
કા સોવાઈ દિન રૈન (ધરમદાસ)
સબૈ સયાને એક મત (દાદુ)
પિવ પિવ લાગી પ્યાસ (દાદુ)
અજહુ ચેત ગવાર (પલટુ)

જ્ઞાનની ક્ષણો
પ્રેમ નદીના તીરે
સહજ મિલે અવિનાશી
ઉપાસનાની ક્ષણ

વિવિધ

અમૃત કણો
મૈં કહતા આંખન દેખી
એક સમયે એક પગલું
જીવન ક્રાંતિના સૂત્ર
જીવન રહસ્ય
કરુણા અને ક્રાંતિ
વિજ્ઞાન, ધર્મ અને કલા
શૂન્યતાની પેલે પાર
પ્રભુના મંદિરના દ્વારે
તમસો મા જ્યોતિર્ગમય
પ્રેમ પ્રભુનું દ્વાર
અંતરની ખોજ
અમૃતની દિશા
અમૃત વર્ષા
અમૃત દ્વાર
ચિત ચકમક લાગે નાહી
એક નવું દ્વાર
પ્રેમગંગા
સમુદ્ર સમાયો બુંદમાં
સત્યની તરસ
શૂન્ય સમાધિ
વ્યસ્ત જીવનમાં ઇશ્વરની ખોજ
અજ્ઞાત તરફ
ધર્મ અને આનંદ
જીવન દર્શન
જીવનની શોધ
શું ઇશ્વર મરી ગયો છે?
નાનક દુઃખિયા સબ સંસાર
નવા મનુષ્યનો ધર્મ

ધર્મની યાત્રા
સ્વયંની સત્તા
સુખ અને શાંતિ
અનંતની પોકાર

ઓશોના ઓડિયો-વિડિયો ઉપદેશો અને સાહિત્ય સંબંધિત તમામ માહિતી માટે સંપર્ક કરો:

સાધના ફાઉન્ડેશન
17. કોરેગાંવ પાર્ક, પુણે-411001, મહારાષ્ટ્ર
ફોન: 020-66019981

ઓશો વિશ્વમાં પ્રકાશિત સામયિકો:
નામ - આવર્તન - સંપર્ક સૂત્ર

1. યસ ઓશો- માસિક - પૂના 020-26134504
26058906
ઈમેલ: yesosho.info@gmail.com

2. ઓશો વર્લ્ડ - માસિક - નવી દિલ્હી
011-26862898
26964533
ઈમેલ: contact@oshoworld.com

3. ઓશો દર્શન - ત્રિમાસિક - નવી દિલ્હી
9868560981
9250352039
ઈમેલ: kelurgesh@yahoo.com